மேகம் மேயும் வீதிகள்

(கவிதைத் தொகுப்பு)

D1680381

புதுமைத்தேனீ

மா.அன்பழகன்

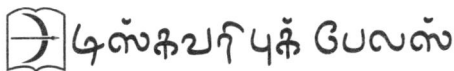

டிஸ்கவரி புக் பேலஸ்

#6, மஹாவீர் காம்ப்ளெக்ஸ், முனுசாமி சாலை,
(பாண்டிச்சேரி கெஸ்ட் ஹவுஸ் அருகில்)
கே.கே.நகர் மேற்கு, சென்னை-600 078.
பேச : 044 48557525, +91 87545 07070

மேகம் மேயும் வீதிகள்
(கவிதைத் தொகுப்பு)
ஆசிரியர்: மாசிலாமணி அன்பழகன்©

MEGAM MEYUM VEETHIGAL
(Tamil Poems)
Author: Masilamani Anbalagan©

First Edition : December - 2020
ISBN : 978-981-14-7482-8
Pages : 160
Book Design : Discovery Books Team

Publisher in India:
Discovery Book Palace (P) Ltd,
6, Mahaveer Complex, Munusamy Salai,
K.K.Nagar West, Chennai-600 078.
Phone: +91-44-4855 7525, Mobile: +91 87545 07070
E-mail: **discoverybookpalace@gmail.com,**
Website: **www.discoverybookpalace.com**

Publisher in Singapore:
Masilamani Anbalagan
Blk 9 # 07 - 30 , Selegie Road, Singapore 180009
ma.anbalagan@gmail.com - Ph: 90053043

Rs. 200 - S $20

இந்த நூலில் பிரசுரமாகியுள்ள எந்த ஒரு பகுதியையும் பதிப்பாளரின் எழுத்து பூர்வமான முன்அனுமதி பெறாமல் எடுத்தாள்வதோ, மறுபிரசுரம் செய்வதோ, மொழியாக்கம் செய்வதோ, அச்சு மற்றும் மின்னணு ஊடகங்களில் மறுபதிப்பு செய்வதோ, காப்புரிமைச் சட்டப்படி தடை செய்யப்பட்டுள்ளது. இந்த நூலிலிருந்து குறிப்பிட்ட பகுதிகளை மேற்கோள்காட்டி புத்தக விமர்சனம் செய்ய, ஊடகங்களுக்கு மட்டும் அனுமதி உண்டு.

உங்கள் மொபைல் போனிலிருந்து ஸ்கேன் செய்து 'டிஸ்கவரி புக் பேலஸ்' மொபைல் ஆப்பை டவுன்லோடு செய்து, புத்தகங்களை வாங்குங்கள்.

என்னுரை

நான் ஒரு கவிஞன் என்று சொல்லிக்கொள்வதில் பெருமைப்பட்டுக்கொள்ளும் அளவுக்கு நல்ல கவிஞன் அல்லன். இந்த உண்மையை ஒப்புக்கொண்டதற்காகவே என்னை நீங்கள் பாராட்டுவீர்கள் என்று நம்புகிறேன்.

ஒரு கவிதை வெற்றி பெற உள்ளீடும் அழகியலும் இணைகோடுகளாகத் தடம் மாறாமல் பயணிக்க வேண்டும். அழகியல் என்பது உணர்வின் தாக்கம். உள்ளீடு என்பது அறிவின் விழுமியம். இந்த இரண்டும் கைகோக்குங்கால், எழுச்சியும் மிளிர்வும் ஏற்பட்டு நமது உயிருணர்வு ஒளிர்கிறது. அப்போதுதான் அந்தக் கவிதை அணு அணுவாய்ச் சுவைக்கப்பட்டு மனத்தில் கல்வெட்டாய்ச் செதுக்கப்பட்டுவிடுகிறது.

உள்ளீடுகளில் ஓரளவு வெற்றி பெற்றாலும் அழகியல் என்னும் வெளிப்பாட்டில் நான் அவ்வளவாக வெற்றிபெறவில்லை என்பதை நானே உணர்கிறேன். இருந்தாலும் என்றும் என் முயற்சியையும் ஈடுபாட்டையும் என்னுள் தளரவிடக்கூடாது என்கிற எண்ணம் மேலோங்கியே நிற்கிறது.

'கண்ணீரே' ஒரு கவிதைதான் என்பர். வாழ்வாதாரப் போராட்டத்தில் நான் கலங்கியிருக்கலாம்; ஆனால், கண்ணீர் விட்டவனில்லை. இல்லற வாழ்வில் இடர்பாடுகளை எதிர்கொண்டிருக்கலாம்; முற்றிலும் ஏமாற்றப்பட்டவனில்லை.

நான் வறுமைத் தடாகத்தில் நீந்தியிருக்கிறேன்; ஆனால் கண்ணீரில் வாழ்ந்தவனில்லை. பிறந்த மண்ணிலும், புகுந்த மண்ணிலும் ஒரு சராசரி மனிதனாகவே வாழ்ந்து வந்தேன்; வருகிறேன். இந்த மனிதனுள் மனிதம் இருக்கிறது என்பதே எனக்கு மனநிறைவைத் தரும் செய்தியாகும்.

சிறந்த புனைவுகள் சிங்கப்பூரில் உருவாகவில்லை என்ற குற்றச்சாட்டிலும் உண்மை இல்லாமலில்லை. ஒப்பு நோக்குங்கால் சிங்கப்பூர் வளமான நாடுகளின் பட்டியலின்கீழ் வருவதும் ஒரு காரணமாக இருக்கலாம். ஏனெனில் இங்கு வலியில்லை; பசியில்லை; பிரச்னைகள் குறைவு. எங்கே இவையெல்லாம் இருக்கின்றனவோ அங்கே இலக்கிய வளர்ச்சி மிகுதியாவதற்கு வாய்ப்புகள் இருப்பதாகக் கருத்துரைக்கின்றனர்.

அண்மைக்காலத்தில் இலங்கையின் இலக்கியத் தரம் வளர்ந்திருக்கிறது என்கிறார்கள். அந்த நாட்டின் அரசியல், பொருளாதார நெருக்கடிகளே காரணம் என்றும் அதற்கு விளக்கமளிப்பர்.

இப்போது நான் பெற்றிருப்பதாகச் சொல்லப்படும் பேருக்கும் புகழுக்கும் ஏதோ என் திறமையும், அறிவும்தான் காரணம் என எண்ணி என்னை நான் ஏமாற்றிக்கொள்ள விரும்பவில்லை. இப்போது நான் வாழ்ந்துகொண்டிருக்கும் நாடுதான் அதற்கான பொறுப்பை ஏற்றிருக்கிறது. இதை ஆய்ந்தறிந்தே பதிவிடுகிறேன்.

இந்த நூலில் இடம்பெற்றுள்ள 'எடுத்துச் செல்ல ஏதுமில்லை' என்ற கவிதையில் சொல்லப்பட்டதுபோல் வாழ்க்கை ஓட்டத்தில் எனக்கு முன்னால் ஓடுபவர்களைப் பார்த்துப் பொறாமைப்பட்டாலும் எனக்குப் பின்னால் ஓடி வருபவர்களைப் பார்த்து நான் ஆறுதல் அடைந்துகொண்டு வருவதுதான் யதார்த்தமான உண்மை.

'சுவர்களை எழுப்பிக்கொள்வதற்குப் பதில்
பாலங்களை உருவாக்கவே விழைகிறேன்'
என என் இயல்பையும் அதே கவிதையில் குறிப்பிட்டுள்ளேன்.

வெவ்வேறு காலத்தில், வெவ்வேறு சூழலில், வெவ்வேறு கருத்துகளைக் கருப்பொருள்களாக்கி எழுதப்பட்ட கவிதைகளின் தொகுப்பே இது.

ஆண்டுதோறும், செப்டம்பர் திங்களையொட்டி, இந்தோனேசியாவிலிருந்து செயற்கையில் உருவாக்கப் பட்டதாகக் கருதப்படுகிற புகைமூட்டம் மலேசியா, சிங்கப்பூரின் சுற்றுப்புறச் சூழலுக்கு, நல்வாழ்வுக்கு (கொரோனாபோல்) பாதிப்பு ஏற்படுத்தி வருவதை நாமறிவோம்.

மேகம்போல் நமது வீதிகளில் அந்தப் புகைமூட்டம் உலாவருவதை ஒரு கவிதையில் உட்படுத்தியுள்ளேன். அதன் தாக்கத்திலேயே இந்த நூலுக்கும் இங்ஙனம் பெயரைச் சூட்டி மகிழ்கிறேன்.

கேட்போரைத் தன்பால் ஈர்க்கும் சிங்கப்பூரின் சிறந்த சொற்பொழிவாளர்களில் முன்வரிசை இருக்கைக்காரரான எனதருமை நண்பர், முனைவர் மன்னை க.இராசகோபாலன் அவர்கள் இந்த நூலுக்கு அணிந்துரை தந்து என்னைப் பெருமைப்படுத்தியமைக்கும், வழக்கம்போல் ஆலோசனை களையும் அறிவுரைகளையும் தந்துவரும் புலவர் துரை.முத்துக்கிருட்டிணன் அவர்களுக்கும், தமிழ் முனைவர் கி.திருமாறன், கவிஞர் காசாங்காடு அமிர்தலிங்கம் போன்ற நலம் விரும்பிகளுக்கும், நூலாக்கித் தந்துள்ள 'டிஸ்கவரி புக் பேலஸ்' தம்பி மு.வேடியப்பன் அவர்களுக்கும் நன்றி! நன்றி!

- மா.அன்பழகன்

10.12.2020

சொல்லும் செயலும் ஒன்றானவர்

முனைவர் மன்னை **க.இராசகோபாலன்**
இலக்கிய ஆர்வலர், சொற்பொழிவாளர். சிங்கப்பூர்.

புதுமைத்தேனீ அன்பழகனார் அணிந்துரை கேட்டு அவரது நூலை எனக்கு அனுப்பிவைத்தார். நாளை படிக்கலாம் என்று எண்ணிப் படுக்கைக்குச் சென்றேன். குறுஞ்செய்தியில் 'மேகம் மேயும் வீதிகள்' வந்ததா என்று கேட்டிருந்தார். அந்தத் தலைப்பு எனக்குப் புதுமையாக இருந்தது. நூலில் என்ன சொல்லியிருப்பார்? மேகம் மேய்கிறதா? இது என்ன புதுமையான சொல்லாடல்? சரி, படித்துவிடுவோமே என்று அப்போதே படிக்கத் தொடங்கினேன்.

பின்னர்தான் உணர்ந்தேன், வாசகரின் உளவியல் அறிந்து தலைப்பிடும் உத்தியைப் புதுமைத்தேனீ அன்பழகனார் பயன்படுத்தியுள்ளார். எழுத்தாளர், பேச்சாளர், கவிஞர், நிர்வாகி, வணிகர் என்று பல பரிமாணங்களைக் கொண்டுள்ள அன்பழகனார் இந்த நூலில் மரபுக்கவிதைகள், புதுக்கவிதைகள் மற்றும் உரைவீச்சுகளிலும் அரிதான தகவல்களை நமக்கு அறியத் தந்திருக்கிறார். நூலை முழுமையாகப் படித்தால்தான் இன்சுவையைத் துய்க்க முடியும். என்றாலும், நூல் முழுமையும் வாசிக்கத்தக்க உள்ளீடுகளைக்கொண்ட நூலாயினும், மரபு கருதிச் சில தலைப்புகளை மட்டும் தொட்டுக்காட்டிச் சுட்ட விரும்புகிறேன்.

தனது பிஞ்சுப் பருவத்தில் அன்பழகனார் ஒரு களவாணியிடம் தம் கடுக்கனைப் பறிகொடுத்துள்ளார். அந்த ஏமாற்றத்தைப் பதிவு செய்ய முனைகையில்,

‘திருட்டாளர் எங்களையே தேர்வுசெய்து

தித்திக்கும் கதைசொல்லித் தூங்கவைத்தார்

கருக்கலிலே களவாண்டார்’ என்கிறார்.

‘திருட்டாளர்’ என்னும் சொல் நகைச்சுவையான ஒரு சொல்லாக்கம் என்றாலும், அந்தச் சொல்லாட்சியைச் சுவைத்துப் படித்தேன். இதுபோன்ற புதுமைகள் நூலெங்கும் விரவிக்கிடப்பதே இந்த நூலின் சிறப்பு.

இயற்பதிகாரம் என்ற தலைப்பில் இவர் எழுதியுள்ள வெண்பாக்கள் தேனில் இட்ட பலாச்சுளை என்பேன்.

தாழம்பூ நாறிடினும் தெய்வத்திற் காகாது

வேழம் பெரிதெனினும் வேந்தனன்று காட்டுள்;

தகுதி திறமை தமதானால் தத்தம்

மிகுதியான் மேன்மை பெறும்.

சற்று யோசித்தால் இப்பாவின் உண்மை புலப்படும். யானை பெரிதுதான், ஆனால், அது ‘காட்டரசன்’ அல்லவே. திறனுக்கே இந்த நாடு முன்னுரிமை தரும் என்று சொல்லும்போது நல்லதொரு கருத்தை இளையர்களிடம் கொண்டு சேர்க்க வல்ல பாடல் என்றே எண்ணுகிறேன்.

சிங்கப்பூரின் சட்டதிட்டங்கள் கடுமையானதாக இருந்தாலும் அதன் நோக்கம் எல்லாம் மக்களின் நலவாழ்வே என்பதைக் கவிஞர் பாங்காகப் பாடலில் சுட்டியுள்ளார்.

‘அறங்காக்கும் சட்டத்துள் அன்பும் உண்டு

ஆறில்லா நீரெடுக்கும் ஆற்ற லுண்டு’ என்று ஒரு பாடலில் குறிப்பிட்டு, இயல்பாக நீர் வளம் இல்லாதபோதும் மக்களுக்குக் குறைவின்றி நீர் வழங்கும் அரசின் கடமையை, ஆளுமைத் திறனை மனதாரப் பாராட்டும் கவிஞர் மீது நமக்கு மதிப்பு உயர்கிறது.

நாட்காட்டிப் பேசுகிறதாம்! கவிஞர் இங்கே தம் கைத்திறனைக் காட்டியுள்ளார்.

கொஞ்சம் யோசியுங்கள் !

கடந்த 365 நாள்களும்

உங்களுடன் பயணித்த என்னை

நாள்தோறும் கிழித்த நீங்கள்

உங்கள் வாழ்க்கையில்

என்ன சாதனையைச் செய்து கிழித்தீர்கள்? என்று நாட்காட்டி கேட்கும் கேள்வியை நகைச்சுவையாய் எண்ணிப் புறந்தள்ள முடியவில்லை. ஆம் என்ன செய்து கிழித்தோம் என்ற கேள்வி நம் எல்லோர் மனங்களையும் நெருடவைத்து நெளியவைக்கிறது.

நாமறிந்தவரை, பாம்பு, பல்லி, பூரான் எல்லாம் நச்சுயிர்கள்! ஆனால், நினைத்துப் பார்த்தால் நஞ்சினும் கொடிய சிந்தைகொண்டோர் நம்மில் பலர் உண்டு. இதைப் பைந்தமிழ்ப்பாடல் ஒன்று 'துஷ்டனர்க்கு அங்கம் முழுதும் விஷம்' என்கிறது. நம் புதுமைத்தேனீ ஒரு கதைப்போக்கில் அந்தக் கருத்தைச் சொல்லும் விதம் மனங்கொள்ளத் தக்கதாகும்.

இரைதேடும் பாவத்தைத் தவிர
வேறொன்றும் அறியாப் பல்லி
அருகில் சென்று
நுகர்ந்து பார்த்துவிட்டு
அதைத் தீண்டாமல் சென்றுவிட்டது,
தன்னைக் காப்பாற்றிக்கொள்ள.

காலையில் நாம் பல் துலக்கப் பயன்படுத்தும் தூரிகைகளை, அதன் பசை நாற்றத்துக்காகப் பல்லிகளெல்லாம் நக்குவதாக அறிகிறோம். ஒரு கயவனின் தூரிகையை நக்கினால் அவன் செய்துவரும் பாவங்கள் தன்னைத் தொற்றிக்கொள்ளும் என்பதனால் நக்காமல் சென்றுவிட்டதென்று கவிஞர் சொல்வது ஓர் அருமையான 'நகை முரண்'. இது இவரது கொள்கைப் பிடிப்புக்கு, எழுத்தின் ஆற்றலுக்கு, கவித்திறனுக்குச் சான்று பகர்வதை அறிந்து மகிழ்ந்தேன்.

மழையிலிருந்து தன்னைக் காக்க குடைவாங்கியவர், புதுக் குடையை விரிக்க மனமின்றி அதனை மழையிலிருந்து காக்க, தம் கக்கத்தில் வைத்துக்கொண்டு செல்வதானது, நம் மனக்கண்முன், நகைச்சுவை மிகுந்த இனிய காட்சியாக இப்படி விரிகிறது.

'சோ...வென்று மழை!
புதுக்குடை வாங்கினான் ஒருவன்
கக்கத்தில் வைத்துக்கொண்டு
வெக்கத்தைவிட்டு நடக்கிறான்
புதுக்குடை நனைந்து
பழையதாகிவிடக்கூடாது என்பதற்காக.

இப்படித்தான் வாழ்க்கையைத் தொலைத்துவிட்டு வளங்களைப் பாதுகாப்பதில் தன்னையும் அறியாமல் ஈடுபடுகிறோம் என்பதை உளம்கொள எடுத்துரைக்கிறது இந்தக் கவிதை.

மாதவியிடமிருந்து கோவலனைக் காக்க, இறை வழிபாட்டைத் தீர்வாகச் சொல்லும் தோழிக்கு 'இது பீடன்று' என்றுரைத்த கண்ணகியின் சொல்லைத் தன் பகுத்தறிவுச் சிந்தனைக்குப் பாலமாகப் பயன்படுத்தும் அழகையும் நான் இங்கே சுவைக்கத் தவறவில்லை. இந்தத் 'தொன்மம்' என்கிற அழகிய இலக்கிய உத்தியை இவர் கையாண்டுள்ள நயம்கண்டு மகிழ்ந்து பாராட்டுகிறேன்.

'கம்பனின் கவியழகு' என்ற தலைப்பில் விருத்தப்பா ஒன்றை மிக நேர்த்தியாக வரைந்திருக்கிறார். மீண்டும் மீண்டும் படித்து இன்புற்றேன். கம்பனைப் பாடுகிறோம் என்கிற உள்ளுணர்வு அவருக்கு ஏற்பட்டிருக்க வேண்டும். அதனால் கவித்துவத்துடன் பாடி இருக்கிறார். கம்பநாட்டு ஆழ்வாரைக் கவிஞர் தம் கோணத்தில் பார்த்ததைப் படைத்துக் கம்பனைப் பெருமைப்படுத்தியிருக்கிறார்.

நம் இல்லத்தில் யாரையாவது இழந்துவிடுகிறோம். துக்கம் பாவிக்கிறோம். ஒருசில நாட்கள் கடைபிடிக்கும் அந்தத் துயரத்தின் கனம் நாளடைவில் கரைந்து காணாமற்போய்விடுகிறது எனும் ஒரு யதார்த்த உண்மையைக் 'கற்பூரம் காற்றில் கரைவதைப்போல்' ஆகிவிடுகிறதென்று ஒரு கவிதையில் எழுதியிருப்பதை எண்ணி எண்ணி வியந்தேன். இதுமட்டுமின்றி வேறுபல நடைமுறை வாழ்வியல் கவிதைகளையும் மனத்திற்கொண்டு கவிஞர் அன்பழகன் அவர்களை ஒரு 'யதார்த்த கவிஞன்' என்றே அழைக்கத் தோன்றுகிறது.

உலகில் எல்லாரும்தான் பேசுகிறார்கள். சிலர்தான் பேச்சை ஆளுகிறார்கள். பார்வையாளர்களை நெளியவைத்து, உறங்கவைத்து, முடிப்பாரா மாட்டாரா என்று கலங்கவைத்து... அப்பப்பா நாம் பார்த்துப் பழகிய நிகழ்வை, இவர்...

'அந்தக் கூட்டத்தில் பலர் பேசினார்கள்

வரவேற்புரை வாசித்தவரைவிட,

தலைமையுரை வழங்கியவரைவிட,

சிறப்புரையாளரின் சொற்பொழிவைவிட,

நன்றியுரை நவின்றவரே மனத்தில் நின்றுவிட்டார்'

என்று எழுதியுள்ளார். என் சொற்பொழிவை உளங்கொண்டு சொல்லியிருக்கமாட்டார் என உறுதியாக நம்புகிறேன். காரணம்,

ஒரு தமிழாசிரியராகப் பணியாற்றிக்கொண்டிருந்த என்னை, ஒரு பேச்சாளராக, சிங்கைத் தமிழ் இலக்கிய உலகுக்கு அறிமுகப்படுத்தியவரே இந்தப் புதுமைத்தேனீதான். நூலாசிரியர், நிகழ்ச்சிக்குப் பொறுப்பேற்று ஏற்பாடு செய்யும் கூட்டங்களில், இவர் பின்பற்றும் நேரக்கட்டுப்பாட்டை அறிந்தவர்கள் இதைச் சொல்லும் இவரது தகுதிகண்டு மெச்சுவர் என்பதே நடைமுறை உண்மை.

கொரோனா என்னும் கொடிய நோய்க்கிருமி, எத்தனை ஆட்டம் போட்டு வருகிறது என்பதை நாம் அறிவோம். தம் அன்புக்குரியவர்களின் இறப்பில்கூட ஆசைமுகம் காணாது தூர இருந்து துக்கத்தில் கதறியோர் ஏராளம் ஏராளம். இப்படி மனையாளை இழந்த ஒருவர், தன் மகளுக்குக் கடிதத்தின் மூலம் நினைவாஞ்சலியைப் பகிர்ந்த வரிகளைப் படித்துக் கன்னங்களில் ஏற்பட்ட உப்புப் படிந்த அடையாளத்தைத் துடைத்துவிட்டு உறங்கப் போகும்போது இரவு மணி இரண்டு.

ஓ..! எடுத்த நூலை ஒரே வாசிப்பில் முடித்தது என் வாசிப்புத் திறனா? அல்லது அன்பழகனாரின் கவித்திறமா? பட்டிமன்றம் தேவையில்லை! புதுமைத்தேனீயின் கவிதை வரிகளும், அதற்காக அவர் எடுத்துக்கொண்ட கருப்பொருள்களின் வசீகரங்களும்தான்.

நல்ல எழுத்தாளனுக்கு இருக்கவேண்டிய அடிப்படைப் பண்புகள் ஆழ்ந்த நூல் வாசிப்பும் சமுதாய அக்கறையும்தான். இவை இரண்டும் நம் அன்பழகனாருக்கு இயல்பாய் அமைந்திருப்பதே அவரை ஒரு வெற்றிபெற்ற எழுத்தாளனாக நம் முன்னிருத்துகிறது. இந்த நூலிலும் சரி, இவரது இன்னபிற படைப்புகளிலும் சரி, இவர் தம் நூலுக்கான கருப்பொருளைத் தேடி எங்கும் அலைந்ததாகத் தெரியவில்லை. தம்மைச் சுற்றி நடப்பனவற்றைக் கூர்ந்து நோக்குகிறார். அந்தப் பாதிப்புகளில் கிடைக்கும் வித்தைத்தான் விருச்சமாக்குகிறார்.

கவிஞர் கண்ணதாசன், “இவை சரி என்றால் இயம்புவதென் தொழில், இவை தவறாயின் எதிர்ப்பதென் வேலை” என்று தம் கொள்கையைச் சொல்வார். கண்ணதாசனின் மீது இயல்பாய்க் கொண்ட பற்றுதலால் இந்தக் குணம் இவரிடமும் தொற்றிக்கொண்டுள்ளது. எழுத்திலும் சரி, எதிரிலும் சரி, வெட்டொன்று, துண்டிரண்டாக உடைத்துப் பேசும் தனிக்குணம் இவருக்குரியது என்பதை

நான் அறிவேன். இவரது இந்தக் குணம் சிலநேரம் சிலருக்குச் சங்கடத்தையும் ஏற்படுத்தக்கூடும்.

டாக்டர் மு.வரதராசனார் 'கரித்துண்டு' எனும் புகழ்பெற்ற நாவலை எழுதும்போது குறிப்பிடுவார், "சென்னைப் பச்சையப்பன் கல்லூரிக் கட்டடத்திலிருந்து பாரிமுனை வரையில் ஒருவர் நடந்து போனார் என்றால் அவருக்கு வாழ்க்கையில் பெரும்பகுதி விளங்கிவிட்டது என்று சொல்லலாம்."

உண்மைதான். அக்காலத்தில் ஓலைக்குடிசை முதல் ஓங்கி வளர்ந்த மாளிகை வரை... வறுமை, வளமை, அறியாமை, ஆளுமை என்ற வழியிலே ஆட்சி செய்யும் அத்தனையையும் பார்த்து, கூர்ந்து நோக்கி, மனத்தில் புதைத்துப் பின் வெளிப்படும் நாவலாகவே அந்தக் 'கரித்துண்டு' திகழும்.

அப்படி, இந்தச் சமுதாயத்தை, நீண்ட நெடிய தம் பட்டறிவின் கண்கொண்டு கூர்ந்து நோக்கியதன் வெளிப்பாடாகத்தான் இதுவரை அன்பழகனார் யாத்த மொத்த முப்பத்தைந்து படைப்புகளையும் நான் பார்க்கிறேன்.

அன்பழகனாருடன் ஒருமுறை பேசிக்கொண்டிருந்தபோது தம் வாசிப்புப் பழக்கம் பற்றிப் பகிர்ந்துகொண்டார். நான் படிக்கும் நூலில் கிடைத்தற்கரிய செய்தி கிடைத்தால் அதனை உடனே மறவாது குறித்து வைத்துக்கொள்வேன். இது எனக்கு இயல்பான பழக்கம் என்றார். ஆகா! இன்று முதல் இவரைப் பின்பற்றி இப்பழக்கத்தைக் கைக்கொள்ளவேண்டும் என்று நானும் முடிவெடுத்தேன். ஆனால், அது என் இயல்பாய் இல்லாது போனதால் இயலாதுபோயிற்று.

எழுத்தாளர்கள், சமூக சிந்தனையாளர்கள், செயற்பாட்டாளர்கள், சராசரி மனிதர்கள் என்று எல்லாரும் ஊருக்கு மட்டுமே உபதேசம் செய்கின்ற பொதுவான பழக்கம் ஒன்றுண்டு. ஆனால், அன்பழகனார் சொல்வதோடல்லாமல் தாமும் அதன்கண் நின்று வாழ்பவர். காலம் கடந்து வாழும் எழுத்துகளுக்குச் சொந்தக்காரரான புதுமைத்தேனீயின் நல்ல முயற்சிகள் தொடர்ந்து வெற்றிபெற வேண்டும் என்று, தமிழுறவின் நலம் விரும்பியாக நின்று வாழ்த்துகிறேன்.

12-12-2020
சிங்கப்பூர்

உள்ளடக்கம்

மரபுக் கவிதைகள்

1. தமிழ் வாழ்த்து! -19
2. கண்ணதாசன் என் காதலன் -20
3. வடகிழக்கிலொரு நகரம் -22
4. ஒருவர் போதும் -23
5. உழைப்பு; ஓய்வு; உயர்வு! -24
6. கடுக்கன் களவு போனது -25
7. தக்கதோர் ஆவணமாய்த் தா! -26
8. கண்ணோரம் கண்ணீர்க் கடல் -27
9. நூல் வேறு; இலக்கியம் வேறு -28
10. அநீதி கண்டவிடத்து... -29
11. இயற்பதிகாரம் -30
12. உழவர் உவந்து -32
13. பார்வைகள் பலவிதம் -33
14. வாழ்வின் விளிம்பில் -35
15. அறவாழ்க்கை -37
16. சொர்க்க பூமி சிங்கப்பூர் -38
17. இன்னுமொரு நாற்பதையும் கடந்திடுவீர் -40
18. எதிர்பார்ப்பிலேதான் ஏமாற்றம் -42
19. அகந்தை எண்ணமதை அகற்று -43
20. எண்ணி உவப்புற்றேன் -44
21. மிருக மருத்துவரைப் பார்! -45
22. மாமணியே மனந்திறவாய்... -46
23. அறுவடை செய் மனமே... -47
24. கம்பனின் கவியழகு -49
25. கைமணல் அளவே! -51

புதுக் கவிதைகள்

26. சிங்கப்பூர்ச் சிங்கம் -53
27. வள்ளுவன் விதித்த தடை -55
28. பேராசான்கள் -56
29. காற்று -57
30. ஆன்மா போட்டுக்கொண்ட முக்காடு -59
31. கொரோனா -61
32. தும்பை விட்டுவிட்டு வாலைப் பிடிக்கிறேன் -62
33. கனம் இறங்கிய கணம் -64
34. எல்லாக் கல்லறைக்குள்ளும் இப்படித்தானா? -67
35. இரண்டும் கெட்டான் -68
36. குப்பைத் தொட்டி -70

37. மேகம் மேயும் வீதிகள்	-71
38. 'தயிர்' அல்லது 'Irony of The Life'	-73
39. நாட்காட்டி	-75
40. மெத்தப் படித்தவள்	-77
41. பல்லி தப்பித்துக்கொண்டது	-78
42. பொறாமையின் பொருள்	-79
43. எடுத்துச் செல்ல ஏதுமில்லை	-80
44. வாழ்க்கை செல்லும் வழி	-81
45. அந்தக் கத்திக்கு இரு முனைகள்	-82
46. 2019 மே 23	-84
47. அவனறிவான்	-85
48. களவொழுக்கக் காதற்கடிதம்	-86
49. வாழ்க்கையின் அழகு	-88
50. கனவு மெய்ப்பட கடவுளே கைகொடு!	-90
51. வெளிச்சத்திற்கு வா	-92
52. எனக்காகக் கொஞ்சம் இரக்கப்படுங்கள்	-93
53. அந்த ஒரு வரி போதும்	-95
54. தீராப் பசி தீரும் நாள்	-97
55. பரதன் செய்த குற்றம்!	-98
56. இப்படியும் சில மனிதர்கள்	-101
57. கொள்கையைக் காதலி	-102
58. இதுதான் என் இயல்பு	-103
59. மாணவி அஸ்வினியின் மரண விண்ணப்பம்	-104
60. உணர்வுகளின் வெளிப்பாடு	-107
61. பாகற்காய் இனிக்கிறது	-109
62. இதயத்தில் செதுக்கப்பட்டது	-111
63. வருமுன் காக்க வாருங்கள்!	-112
64. என்னைக் கவர்ந்த பேச்சாளர்	-114
65. அல்வா	115
66. கூட்டிக் கழிக்கும் கலை	-116
67. கொல்லைப்புறக் கோடீஸ்வரர்கள்	-117
68. மண்ணுக்கு மரம் பாரமா?	-118
69. காலத்தால் கரையும் கற்பூரம்	-121

உரைவீச்சுகள்

70. இயற்கையைப் பாடினான்	-123
71. செயற்கையைப் பாடலில் செய்தான்	-126
72. துறவறம் 15 நாள்கள்	-128
73. வள்ளல் நபி வழியில் வாழ்வியல் பெருவிழா!	-134
74. சோகத்தில் ஒரு சுகமான கடிதம்!	-143

மரபுக் கவிதைகள்

1. தமிழ் வாழ்த்து! (ஆசிரியப்பா)

தமிழே! அமிழ்தே! தாய்நிகர் தமிழே!
அமிழ்தே! தமிழே! ஆதிநன் மொழியே!
                    தமிழே! அமிழ்தே!
சங்க இலக்கிய இலக்கணச் செம்மொழி
சிங்கை அரசால் சிறப்புறும் எம்மொழி!
திங்கள் முழுவதும் திருவிழா காணும்
எங்கள் தனித்தமிழ் எங்கள் முகவரி!
                    தமிழே! அமிழ்தே!
விளங்கும் மொழிகளின் வேர்மொழி உனையே
வளர்தமிழ் இயக்கம் வாழ்த்தும் இனிதே
வளர்ந்த மூப்புடன் விளங்கிய போதிலும்
இளமையும் புதுமையும் இணைந்துநீ வாழ்கவே!
                    தமிழே! அமிழ்தே!
வாழ்க வாழ்கவே வளர்ந்துநீ வாழ்கவே!

2. கண்ணதாசன் என் காதலன் (வெண்பா)

ஓரரசன் வாழ்ந்திருந்தான் ஓரூரில் என்பதுபோல்
வாராதென் வெண்பாக்கள் வந்திடுமே தீராத
காதலன் கண்ணதாசன் காட்சிக்குப் பாட்டெழுத
ஆதவனாய் வந்தாரென் இல்.

குறிப்பு: *'ஓர் ஊரில் ஒரு ராசா இருந்தான்' என மற்றவர்கள் தனக்கு நேரிடையாகத் தெரியாத ஒருவரைப் பற்றி கதை சொல்வார்கள். அப்படியல்லாது நான் கவியரசுவிடம் நேரில் பார்த்துப் பழகியவற்றைவைத்து எழுதிய கவிதைகள்.*

'பாதபூசை' என்படத்தில் பாட்டெழுதித் தந்தபோது
சாதகமாய்க் கேட்டேனோர் சந்தவார்த்தை மேதகையான்
இல்லம்வா என்றழைத்து ஏற்றதொரு சொல்மாற்றி
நல்லிசைக்கு ஒத்துழைத்தார் நன்கு.

இன்னபிறர் கூப்பிட்டும் எங்குமவர் போகாமல்
என்னில்லம் ஏகி இயற்றியதை அன்பாகத்
தந்தா ரெனில்நான் தருவேன் ஆயிரம்தான்
அந்தவாறே நம்பினார் அன்று.

குறிப்பு: *பாட்டெழுத நான் அழைத்த நேரத்தில் வேறு தயாரிப்பாளர்கள் அழைத்தாலும் போகாமல் என்னிடம் வருவார். காரணம் அப்போது 'ஆயிரம் ரூபாயை உடனே தருபவர் அன்பழகன்' எனத் தன் உதவியாளரிடம் சொல்லியுள்ளார்.*

கவிதா இடத்தில் கவி தா எனநான்
புவிபாடும் பாவலர்கண் போய்கை குவித்தேன்
இசையமைக்க வந்த இரட்டையரை ஊக்க
இசைந்தேன் எனஅவரும் ஏற்று.

குறிப்பு: என் படத்தில் இசையமைக்க புது இரட்டையர்கள் 'ஜெயவிஜயா' என்போரை ஒப்பந்தம் செய்தேன். அதைக் கவியரசு ஏற்பாரோ இல்லையோ என்றெண்ணி அவருடைய கவிதா விடுதிக்குச் சென்று ஆதரிக்க வேண்டினேன்.

சின்னப்பா தேவரங்குச் சின்னவன் என்னையவர்
அன்புறவு சொன்னதற்கு ஆறுதலாய் அன்பெனக்கும்
வாங்கிக் கொடுப்பதில் வங்கிபோல் கேளிர்தான்
ஓங்கியவர் சொன்னார் உணர்ந்து.

சின்னப்பா தேவரெனைச் 'சீராளன் அன்பழகன்
என்னுறவு' என்றுசொலக் கண்ணனவர் அன்பொழுக
வங்கியவர் பொய்க்காத வாயுரையில் வள்ளண்மை
தங்கமவர் கேளிர் தமக்கு.

குறிப்பு: தேவரின் அலுவலகத்தில் ஒருமுறை கவிஞரிடம் 'அன்பு' என் உறவு என்று அறிமுகப்படுத்த, அதற்குக் கவிஞரோ, 'எனக்கும் பாட்டெழுதியவுடன் வங்கிபோல் பணம் கொடுப்பதில் உறவுதான்' என்றார்.

3. வடகிழக்கிலொரு நகரம் (விருத்தம்)

(சிங்கையின் பவளவிழாவின் [2040] நினைவாக உருவாகும் UBIN PULAU CITY - ஒரு கற்பனை)

விடுதலையின் பவளவிழா வேர்நினைக்கும் பெரியவிழா!
மாறிவரும் சூழலுக்கு மாற்றாக நகர்உதயம்
சிங்கைக்கு வடகிழக்கில் சிறுதீவு உபின்தன்னில்
உலகிற்கே உதாரணமாய் உருவாக்கத் திட்டமொன்று.
மின்சாரத் தொடர்பில்லை; மின்னணுபோல் கருவியில்லை
வேண்டியதை உண்பதற்கு விரைவான உணவில்லை
வாகனங்கள், ஊடகங்கள், வணிகம்செய் கடைகளில்லை
புகையில்லை; மதுவில்லை; பூட்டிவரச் சாவியில்லை
வங்கியில்லை; செலவில்லை வரவிற்கோ வாய்ப்பில்லை
கணக்கெழுதத் தேவையில்லை; கடிகாரம் ஒன்றுமில்லை.
படுத்துறங்க விரிப்புண்டு; பழரசங்கள் குடிக்கவுண்டு
இயற்கைவகை உணவுண்டு; எழுப்பிவிடச் சேவலுண்டு
குயிலுண்டு; மயிலுண்டு; குளிருக்குப் போர்வையுண்டு
காய்கறிகள் தோப்புண்டு; கனிபறிக்க மரங்களுண்டு
பூபறிக்க தோட்டமுண்டு; பொழுதுபோக்க இடங்களுண்டு
நிழற்தருக்கள் நிரம்பவுண்டு; நீராட அலைகளுண்டு
கொசுக்களில்லாக் கூடாரம்; கூடுமணல் திடலுமுண்டு.
ஆடுமாடு கொட்டிலுண்டு; அழகியநற் தோணியுண்டு
அகமெல்லாம் பொலிவுபெற, அமைதியுடன் தனித்திருக்க
உளைச்சலின்றி, இரைச்சலின்றி உலகோடு தொடர்பின்றிப்
புறச்சூழல் நினைவகல அகச்சூழல் ஒன்றிணைய
இசையமுதம் மணந்துவர; இயற்கையுடன் இயைந்திருக்க
ஒருநாளின் வாடகையாய் ஓரைந்து ஆயிரமாம்!
உலகோரே வாருங்கள் ஓய்வெடுத்து மகிழுங்கள்!

4. ஒருவர் போதும் (எண்சீர் விருத்தம்)

பொதுவாழ்வில் ஈடுபட விரும்பி நானும்
புகழ்பெற்ற முன்னோடிப் பலரை ஆய்ந்தேன்
அதுபோன்ற தலைவர்கள் ஆற்றல் பார்த்தே
அடியொற்றி நடந்தாலே வெற்றி காண்பேன்
இதுவென்று சந்திரபோஸ் வீரம் கண்டேன்
எம்காந்தி அகிம்சையை வியந்து பார்த்தேன்
புதுமையான அண்ணாவின் பேச்சைக் கேட்டேன்
புத்துலகின் பகுத்தறிவில் பெரியார் கண்டேன்

கறைபடியாக் காமராசர் சான்றாய்க் கொண்டேன்
கலைஞரிடம் சுறுசுறுப்பைக் கற்று நின்றேன்
குறையில்லாப் பாரதியின் பாடல் கேட்டேன்
கோவையிலே சிதம்பரனார் செக்கைப் பார்த்தேன்
துறைதோறும் இந்தியாவின் தலைவர்க் கெல்லாம்
தூயதிரு லீகுவான்யூ ஒருவர் ஈடாம்
முறையாக ஒருவரியில் சொல்லப் போனால்
முழுதுமதை இங்குவந்தே தெரிந்து கொண்டேன்!

5. உழைப்பு; ஓய்வு; உயர்வு! (எண்சீர் விருத்தம்)

உழைத்தபின் உறங்குவதை உலகே மெச்சும்
 ஊர்சுற்றித் தூங்குவதை உறவே ஏசும்
தழைத்துநாம் வாழ்வதற்குத் தலைமைப் பண்பாய்த்
 தார்மீகப் பொறுப்புணர்ந்து தருவோம் அன்பை
உழைத்தாலே உள்ளமதும் உடலும் நாளும்
 ஒருகுறையும் இல்லாமல் உயர்ந்து வாழும்
தழைதின்னும் ஆடுகூடத் தக்க ஓய்வில்
 தங்கியொரு மரநிழலில் அசையைப் போடும்

காரல்மார்க்ஸ் இறந்தபோது நண்பர் சொன்னார்
 கணமினியும் சிந்திக்கக் கனவும் காணார்
வைரமிக்க பெரியாரைக் கேட்ட போது
 வாழ்நாளின் நீட்சிக்கு உழைப்பே என்றார்
வாரத்தில் ஓய்வென்று ஒருநாள் தந்தால்
 வாகனத்தில் ஊர்சுற்றல் சரியா என்பேன்
பூரணமாய் ஓய்வெடுத்தல் புதையல் போலப்
 புத்துயிராய்ப் பிறப்பெடுக்க ஏது வாகும்

குடித்துவிட்டு ஓய்வெடுக்கும் கொள்கை சொல்லும்
 குணத்தினையே குப்பையிலே கொட்டச் சொல்வேன்
நடிப்பதையே வாழ்வியலாய் நகர்த்தும் பண்பு
 நமக்கதுதான் வேண்டாமே நவில்வேன் என்றும்
துடிப்பான சிந்தனையில் எண்ணம் தோன்ற
 துணிவுனக்குத் துணைநிற்கும் செயலில் காட்ட
ஒடித்தாலும் நாணல்போல் வளைந்து நின்று
 உழைத்திடுவோம் ஓய்வெடுத்தே உயர்ந்து வாழ்வோம்.

6. கடுக்கன் களவு போனது (எண்சீர் விருத்தம்)

ஏழாமோர் மகனாக எந்தாய் பெற்றார்
 இயல்பாக வளர்ந்திட்டேன் எல்லார் போல
கூழாக மோராகக் கொடுப்பார் அன்பாய்
 கொல்லையிலும் தனியாகக் கொடுப்பார் பண்டம்
வீழாத வேளாண்மைக் குடியில் தோன்றி
 வினைமுடிக்கும் விவேகத்தால் என்மீ தென்றும்
தாழாத பாசத்தில் தன்னைக் காட்டத்
 தாயீந்தாள் தங்கத்தில் கடுக்கன் செய்து.

கழலாமல் பூட்டிவிட்டார் கண்ணன் பத்தர்
 காதணியில் வலம்வந்தேன் காட்சி தந்தேன்
நிழலாகத் தொடர்ந்திடுவார் நித்தம் அண்ணன்
 நிலங்காக்கும் விவசாயி நேர்மை போல
அழலேறும் திரௌபதிவாழ் அம்மன் கோவில்
 அங்கேதான் வலம்வந்த அழகுக் காட்சி
அழகான தேரோட்ட அம்மன் காண
 அடயெமக்கு ஆயிரம்கண் வேண்டும் என்பர்

திருவிழாவில் தீமிதிக்கும் அங்கம், மேலும்
 தெருமக்கள் வடமிழுக்கத் தேரும் ஓடும்
திருட்டாளர் எங்களையே தேர்வு செய்து
 தித்திக்கும் கதைசொல்லித் தூங்க வைத்தார்
கருக்கலிலே களவாண்டார். கடுக்கன் பார்த்துக்
 காணாத கவலையுடன் இல்லம் சென்றால்
இருக்கையிலே அமரவைத்து இறுகக் கட்டி
 எண்ணற்ற பிரம்படியை ஈந்தார் அப்பா!

7. தக்கதோர் ஆவணமாய்த் தா! (வெண்பா)

தேனினிய 'மக்கள்மனம்' திக்கெட்டும் போற்றுகையில்
மீன்போன்று தொட்டிவிட்டு மீளாத ஓரிருவர்
ஏனிந்த ஏடெனும் எள்ளலையும் வாயடைக்க
வானென்று காட்டு வளர்ந்து !

பிச்சினியார் பட்டறிவில் பெற்றெடுக்கும் ஏடதுவோ
தச்சன் உளிசெய் தனித்தேராம் மெச்சுகிறோம்
அச்சேறும் செய்தி அனைத்தும் தராசானால்
இச்செகமே போற்றும் இனிது

முக்காலம் போற்றுமெங்கள் முத்தமிழைக் காத்திடவே
இக்காலை என்னிளவல் ஏந்திவரும் மக்கள்
மனங்கண்ட இவ்விதழை மாந்திநாம் ஓதி
இனமானம் காப்போம் இணைந்து

சிங்கையிரு நூற்றாண்டின் சிந்தனையில் பூக்கவரும்
திங்களிதழ் தித்திக்கும் தேனாகும் மங்காது
மக்கள் மனங்கவர்ந்து மாற்றாரும் போற்றுகின்ற
தக்கதொரு ஆவணமாய்த் தா!

8. கண்ணோரம் கண்ணீர்க் கடல் (வெண்பா)

பெற்றபெண்ணைப் பெண்டாளும் ஈனப் பிறவிகட்கு
நற்றாயே உற்றதுணை என்றக்கால் முற்றாகப்
பண்பாட்டைப் பாழடிக்கும் பாவிகளை எண்ணுங்கால்
கண்ணோரம் கண்ணீர்க் கடல்

தாலியினை விற்றுத்தாய் தன்மகனைச் சிங்கைக்குக்
கூலிக்கு வேலைசெய்யக் கொண்டுவந்தாள் மேலிடத்துப்
பெண்ணொருத்தி மாற்றுப்பெண் பின்னாளில் ஆனமுதல்
கண்ணோரம் கண்ணீர்க் கடல்

அரசியலில் எந்தலைவர்; ஆற்றல் முதல்வர்
கரங்கோத் தெமையே கரைசேர்க்கப் பாடுபட்ட
அண்ணா மரணத்தை அன்றாடம் எண்ணுகையில்
கண்ணோரம் கண்ணீர்க் கடல்

சிங்கப்பூர் தந்தை செயல்வீரன் லீகுவான்யூ
அங்கமெலாம் மூளையவன்; ஆட்சிசெய்த தங்கமகன்
அண்ணலவன் சாக்காட்டை அன்றொருநாள் கேட்டவுடன்
கண்ணோரம் கண்ணீர்க் கடல்.

9. நூல் வேறு; இலக்கியம் வேறு (எண்சீர் விருத்தம்)

எழுத்துகளை வென்றவர்கள் பலரும் செப்ப
 என்செவிகள் மடுத்ததனால் எடுத்துச் சொல்வேன்!
எழுதுகிறோம் ஏடாக்கிப் பதிப்பிக் கின்றோம்
 என்றாலும் அந்நூல்கள் ஏற்றம் கொள்ள,
எழுத்துலகில் சாதித்த இணையி லாதார்
 ஏடுகளை இயன்றவரை படித்த பின்பு
எழுதுவரே இவ்வுலகில் நிலைக்கக் கண்டோம்.
 எல்லோர்க்கும் அவ்வழிதான் என்ப தில்லை.

இலக்கியங்கள் படைத்திடநல் தாகம் கொள்வோர்
 இலக்கணத்தைக் கற்றறிந்தே இயற்றல் நன்று.
பலநூல்கள் படைப்போர்க்கிப் பாவின் மேலே
 படியுங்கள் 'இயன்றவரை' என்றே சொன்னேன்
நலமாகா அச்சொல்லை நவின்றால் இங்கு
 நல்லபல காவியங்கள் நமக்குக் கிட்டா
சிலவிடத்தே சிலசொற்கள் பொருந்தும் சீராய்ச்
 சிந்தித்துச் செயற்பட்டால் சிறப்பே சேரும்

10. அநீதி கண்டவிடத்து... (ஆசிரியப்பா)

(சங்கப்பாடலைப் போன்றதொரு முயற்சி)

அறிவைக் கூட்டும் குருவை வணங்கி
அன்பைப் போற்றும் பண்பைப் பெருக்கி
முற்று மறிந்தயென் செருக்கினை நீக்கி
மூத்தோ ரறிவுரை யேற்பதெ னியல்பே
நிழலை மெய்யென நினைப்பவ னல்லன்
அழலை மிதித்திட அஞ்சும் குணமிலன்
அநீதி கண்டா லவ்விடம் விழித்திட
ஆங்கொரு தீப்பொறி பற்றிட லறனே
அப்பொறி நானா யாட்கொளத் துடிப்பேன்
தப்பெனு முணர்வால் தானா யெழுவேன்
என்னுள முறுதியா யிருப்பத னாலே
எவர்க்கு மஞ்சேன் எடுப்பவை முடிப்பேன்
பாரதிர்ப் பிரளயம் நிகழ்ந்திடு மாங்கே
ஓரணி திரண்டிட உலகமே வியந்திட
யானைக் கெதிராய் மானாய் நில்லேன்
தேனைக் காத்திடும் ஈக்களாய்ப் பொருத
கண்ணகி சினமதைக் கருத்திற் றேக்கி
உண்மையி னுரத்தா லுரக்க வுரைப்பேன்
தனிய னென்றெனைப் பாரா திங்கே
இனியன விடித லேற்புடை நலனே
சிங்கையின் சட்டம் சிறப்புறப் போற்றிட
எங்கெணு மெழுந்திடத் தயங்கினே னல்லன்
ஆரிருள் கிடப்போர் ஆர்த்தெழும் சமரில்
ஓருயிர் போவதா லுலகினர் மரியார்!
தேடலாய் வாழ்வு திகழ்வதால்
மூடனாய்ப் பிறந்துயான் முடிபவ னிலனே!

11. இயற்பதிகாரம் (வெண்பா)

1

கூடுகட்டும் புள்ளுக்கும் கூவும் குயிலுக்கும்
ஆடும் மயிலுக்கும் ஆசான்இல் நாடுவிட்டு
ஓடுகின்ற ஆற்றுக்கும் ஊடுருவும் காற்றுக்கும்
தேடுகின்ற திக்கொன் றிலை

2

பூப்பெய்த பெண்பெறுவாள் நாணம்; விருந்தினைக்கை
கூப்பி வரவேற்பர் கொற்றமிழர் மூப்பினால்
அற்றுவிழும் ஆலமரம் ஆனாலும்; புல்லருகு
இற்றாலும் நீர்கண் டெழும்

3

தொட்டுவிட வாடும் அனிச்சம்பூ; தோளழகன்
பட்டுவிட மொட்டவிழ்வர் பாவையர் பட்டிவிட்டுக்
கட்டவிழ்ந்த காளைகள் கண்டவரை எட்டிமுட்டும்
கெட்டவன் வாய்திறப்பின் கேடு

4

உழைத்தபின் துஞ்சலும் உண்டபின் ஓய்வும்
அழைத்திடா தண்டிவரும் ஆர்க்கும் கழைக்கூத்தன்
காலாடும் கம்பு கயிற்றினைக் கண்டக்கால்;
தாலாட்டைப் பாடச்சொல் தாய்க்கு

5

கீழ்நோக்கி வீழும் மழையென்றால் மேலெழும்தீ
ஆழ்மனத்தில் ஊற்றெழும் அன்பறத்தை வாழ்வில்
வெளிக்காட்டாப் பண்பினை வேரறுக்க; நீர்க்குள்
ஒளியா துடையும் குமிழ்

6

தாழ்வுமனம் தானெழும் இல்லார்க்கே; செல்வத்தைத்
தாழ்செயலான் ஈட்டித் தழைப்பானை வாழ்வுடையான்
என்றுலகம் ஏற்றிடினும்; ஈண்டு மனசாட்சி
நன்குறுத்தி நல்கிவிடும் தீர்ப்பு

7

தாழம்பூ நாறிடினும் தெய்வத்திற் காகாது
வேழம் பெரிதெனினும் வேந்தனன்று காட்டுள்;
தகுதி, திறமை தமதானால் தத்தம்
மிகுதியான் மேன்மை பெறும்

8

காக்கையும் தன்குஞ்சைக் காத்துவரும் கண்போலத்
தூக்கத்தில் குட்டிகளைத் தோளணைக்கும் அஃறிணை;
பூக்களெனப் புன்சிரிப்பால் பூவுலகை மாற்றுதற்கு
ஆக்கமுறக் காட்டுறவி லன்பு

9

கற்காமல் நீந்திடும் மீன்குஞ்சு; காட்டுக்குள்
தற்காக்க வானரம் தாவிவிடும்; மூத்தோர்சொல்
கற்றுக் கடைப்பிடித்தல் கண்போல் எமைக்காத்த
பெற்றோரைப் பேணுதற் கொப்பு

10

கத்தி இருப்பிடத்தைக் கௌதாரி காட்டிவிடும்
நத்தையின் வேகமதை நாடறியும் மெத்தப்
படித்தும் அதற்கேற்ற பண்பிலார் ஆகின்
ஒடிந்த கவையென் றுணர்

12. உழவர் உவந்து (வெண்பா)

கண்மீனால் விண்மீனைக் காணாத அல்லடர்வான்
கண்ணாடி நூற்றிரியால் கைகோக்கும் தண்பொழிய
மண்நனைவால் காவிரியும் மாந்தர் மனங்குளிர்வால்
உண்ணீவர் பூப்பர் உவந்து.

சொல் விளக்கம்:

அல்லடர்வான் = இருளடர்ந்தவான்.
நூற்றிரியால் (நூல்+திரி) = கண்ணாடி இழைபோன்ற
மழைக் கம்பியால்.
கைகோக்கும் = வானத்துடன் பூமியை மழை இணைக்கிறது.
கா + விரியும் = பயிர்கள் தழைத்தோங்கும்.
உண்ணீவர் = உண்ண கொடுக்கும் விவசாயி.

13. பார்வைகள் பலவிதம் (வெண்பா)

1

ஒன்றே வழக்குதான் ஒன்றுபோல் வாதந்தான்
ஒன்றிவரா தீர்ப்புகளோ ஒவ்வொன்றாய் நன்குணர்வாய்
கீழ்நீதி மன்றத்தி லொன்று, உயரிலொன்று
ஆழ்ந்தறியும் உச்சத்தி லொன்று

2

தொப்புள் தெரியத் துணிசுற்றி, நெற்றியில்
அப்பும் அடையாளப் பண்பாட்டைத் தப்பாய்க்
கணிப்பர்; தொடைமுழுதும் காணுமாறு ஆடை
அணிவோர்பால்! அஃதேயெம் கூற்று

3

பெற்றோர்தம் பையனுக்குப் பெண்பார்த்துச் சேர்த்திடும்
உற்றதமிழ்ப் பண்பை உலகறியும் பற்றுகொண்டு
காதலித்துச் சேர்வதையே கண்டிடுவர் மாற்றினத்தார்
ஆதலினால் பார்வைகளாங் காங்கு

4

விரலால்நம் சோறுண்ணும் வேர்மரபை வேற்றார்
தரக்குறைவாய் எண்ணிடுவர் தாமாய் கரம்பற்றிக்
குச்சியினால் குத்தியுண்ணும் கீழ்நாட்டார் மேல்மரபை
அச்சத்தில் ஆழ்ந்துநாம் பார்த்து

5

தாய்மொழியில் பேசுதலைத் தரக்குறைவாய் எண்ணியிங்கே
வாய்மொழியில் ஆங்கிலத்தை வானுயரப் பேசிடுவோர்
மானை முயலென்பர், மாவிளக்கைத் தீயென்பர்
தேனைக் கசப்பென் பவர்

6

கண்டு வரவேற்கும் காட்சிகள் எங்கெங்கும்
மண்டியிட்டுச் சப்பானும் மார்தழுவி இஸ்லாமும்
முத்தமிட்டு வெள்ளையரும் முன்மடிந்து சீனரும்
அத்தனையும் கைகூப்புக் கொப்பு

7

எலிபன்றி உண்பாரை ஏளனமாய்ப் பார்த்துக்
கலிகாலம் என்றுரைப்பர் கோழியுண்பர் பலியின்றிப்
பச்சைக்காய் உண்பர் பழித்திடுவர் முன்னவரை.
இச்சையின்பாற் பட்ட திகழ்வு

8

ஆமைவளர் ஆகாது பூனையெதிர் ஒவ்வாது
ஊமையராய் ஒப்பர் உளவியலில்; சீனர்
வளர்க்கின்றார் அவ்வினத்தை வாழ்கின்றார் ஊர்மெச்ச
தளர்ச்சிதரும் பார்வையைத் தாண்டு

9

செருப்பணிந்து செல்லலாம் மேரிமாதா கோவில்
திருக்கோவில் வாயில் தெருவரையில் இந்துவுக்கு
ஆங்காங்கே நம்பிக்கை அங்ஙனமே; எங்கிருப்பின்
ஓங்கியெழும் மெய்யுணர்வை ஊட்டு

10

உண்டவுடன் மதியம் உறங்குவது ஊறன்றாம்
எண்ணமது உண்மையன்று என்றுரைப்பார்; திண்ணையில்
உட்கார்ந்தே தூங்கல் உயர்வென்பர் என்பதுபோல்
மட்டில்லாத் தீர்வோ மலிந்து

14. வாழ்வின் விளிம்பில்... (எண்சீர் விருத்தம்)

இளவயதின் இருபதிலே எண்ணத் தோன்றும்
    எவ்வளவோ தூரம்நம் வாழ்க்கை என்றே
அளந்துசொல்லும் அறுபதிலே ஆயுள் முற்றி
    அருகினிலே வருகிறதென் றகமே செப்பும்
களம்வென்றே எண்பதினைக் கடக்கப் போனால்
    காலனங்கே கண்சிமிட்டிக் காத்து நிற்பான்
தளராது தொண்ணூறைத் தாண்டும் போது
    தகனம்செய் நாளதனைத் தளர்ச்சி கூறும்

விதைக்கின்ற பருவத்தை வீணாய்ப் போக்கி
    விளங்கவைக்கும் சாதனைகள் விளைவிக் காமல்
கதைகதையாய்க் காரணங்கள் அதற்குச் சொன்னால்
    கருத்துக்கே ஒவ்வாது கரைந்து போகும்
எதையெதையோ எதிர்பார்த்து விரயம் செய்தேன்
    என்றுவரும் அக்காலம் எனக்கு மீண்டும்?
இதைத்தானே வாழ்க்கையென இயம்பக் கேட்டேன்
    இதன்பின்னும் சுயநலமாய் இருத்தல் நன்றோ?

இத்தனைநாள் செயற்கரிய செய்தி ருந்தால்
    இமயத்தில் எனையேற்றி இருகை கூப்பும்
இத்தரையில் மக்களிடை ஏற்றத் தாழ்வே
    இல்லாத காரணமே எனக்கு வாய்ப்பாம்
எத்திக்கும் கனிவன்பை ஏற்க வைத்தே
    எப்படியோ நேயவொளி ஏற்றி வைத்தேன்
பத்தோடு பதினொன்றாய்ப் புழுபோல் செத்த
    பாத்திரமாய் வாழ்ந்திருந்து பயன்தான் என்ன?

தாய்போல, தாயகத்தின் ஊழி யர்க்குத்
 தந்திட்டேன் அறவுரைகள் தளத்தில் நின்று
சாய்ந்தாடும் போதையரைச் சலித்தெ டுத்துச்
 சரியான திருத்தகத்தில் சேரச் செய்தேன்
ஓய்வுற்ற முதியோரை உடனி ருந்தே
 உணவூட்டி மகிழ்வூட்டி ஊக்கம் தந்தேன்
வாய்ப்புள்ளோர் இதனைப்போல் வாழ்ந்து காட்டி
 வழிவகைகள் வகுப்பதுவே மனித நேயம்!

நற்பணியின் செயற்குழுவில் நானாய்ச் சேர்ந்து
 நல்லிணக்க நாற்றுகளை நட்டு வந்தேன்
ஒற்றுமையின் ஒழுக்கநெறி எடுத்துக் கூறி
 ஒவ்வொருத்தர் வீடேறி ஒளிர வைத்தேன்
'குற்றமேதும் உள்ளனவா' கூப்பிக் கேட்டுக்
 குறைதீர்க்க இணையத்தைக் குடைந்து சென்றேன்
பெற்றவள்போல் பிறருக்குத் தொண்டு செய்து
 பிறப்பெடுத்த பேறுபெற்றுப் பெருமை கொண்டேன்!

15. அறவாழ்க்கை! (ஆசிரியப்பா)

பிறப்போ உனக்குப் பெற்றோர் கொடுத்தது
பெயரையும் அவர்களே பிறகு இட்டது
அழகிய மொழியை அன்னை சொன்னது
ஆய்ந்த கல்வியை ஆசான் தந்தது
வசிக்கும் இல்லம் கொத்தன் செய்தது
வாசனை மலரைத் தாவரம் பூத்தது
உண்ணும் உணவை உழவன் விளைத்தது
உடுத்தும் உடைகளை நெசவன் நெய்தது
மானம் பெரிதாய் மதிக்கும் மனமது
மதிப்பது கூட மாற்றார் செய்வது
உன்னுடன் வருவது ஒன்றுமே இலாது
தன்னந் தனியாய்ப் பயணம் கொள்வது
அற்ப ஆயுளோ கர்ப்பம் ஆனது
தீர்ப்பு வரும்வரை திரைப்படம் நகர்வது
இதற்கு இடையில் எதனை அகழ்வது
அதற்குள் அகந்தை ஆள்வது இகழ்வது
நிறமாய் வாழ்வை நிரலாய்ப் பிரிப்பது
அறம்நிறை வாழ்வில் அன்பைக் காண்பது
நில்லா உலகில் நிலைத்த புகழுற
நல்லதே நினைந்து நல்லறம் செய்து
மனிதம் போற்றி மாள்வதே
இனியுன் வேள்வியாய் ஏற்ப தறிவே!

16. சொர்க்க பூமி சிங்கப்பூர் (எண்சீர் விருத்தம்)

தடம்பதித்த நாள்முதலாய்ச் சிங்கை நாட்டில்
தாகங்கொண் டலைந்திட்டேன் திரும்பிப் போக
உடன்போக எண்ணமின்றி ஓரீ ராண்டில்
உழைத்துவிட்டு ஓடிடவே திட்ட மிட்டேன்
அடம்பிடித்தே எனையடக்கி ஆற்றல் கொண்டே
அரும்பசியைத் தீர்த்திடவே வியர்வை கொட்டின்
அடர்ந்திங்குத் திரவியங்கள் அதிகம் சேரும்
அன்றுமுதல் மாறியதே மனமும் கொஞ்சம்

அரசாங்கக் கொள்கையின்பால் ஈர்க்கப் பட்டே
அன்றேநான் குடியுரிமை அண்டிப் பெற்றேன்
முரண்காட்டும் மதங்களில்லை மொழிப்போ ரில்லை
முன்னவர்லீ அடியொற்றி முழங்கும் நாடே
தரவரிசை நாடுகளில் தனித்தே நின்று
தடம்பதித்த சிங்கப்பூர் தலையாய் நிற்க
வரவரவே தமிழ்நிலத்தை மறந்தே போனேன்
வாழ்வதென்றால் இங்குயினித் தமிழாய் வாழ்வேன்

நிறம்பார்த்துப் பழகயிங்கு நிரலே இல்லை
நேர்மையிலே குறைகாண நியாயம் இல்லை
உறவுதரும் விளையாட்டில் ஊக்கம் கொண்டே
ஊற்றெடுக்கும் திறமையினால் உயர்வு காணும்
அறங்காக்கும் சட்டத்துள் அன்பும் உண்டு
ஆறில்லா நீரெடுக்கும் ஆற்ற லுண்டு
மறத்தமிழன் துணையுண்டு மாந்தர் காக்க
மலைபோலத் திறனாளர் தலைமை யுண்டு

தொலைநோக்குத் திட்டத்தால் வளர்ச்சி உண்டு
 தூய்மைக்கு முதலிடம்தான் தொன்று தொட்டே
அலைமோதும் தீவிடையே ஆலை தோன்றும்
 அங்கங்கும் சோலையுண்டு நிழலு முண்டு
வலைவீசி மீன்பிடிக்க வழிக ளுண்டு
 வந்துபோகும் கப்பலுக்குத் தளங்க ளுண்டு
கலைமிளிரும் வானூர்திக் கூடல் உண்டு
 கட்டடங்கள் வானுயரக் காண்ப துண்டு

அருவருக்கும் ஆற்றோரக் கம்போங் எல்லாம்
 அழகுபட ஆனதென்றால் அமைத்த திட்டம்
சிறுபுள்ளி சிங்கப்பூர்ப் பூமி தன்னில்
 சிந்தனையில் செயற்றிறனைச் சேர்த்த தாலே
உறுதியுடன் உரைத்திடலாம் ஊழ லில்லை
 உண்மைக்கு ஊனமில்லை உயர்வு கிட்டும்
சுறுசுறுப்பாய் உழைப்பதனால் சொர்க்கம் என்றே
 சொல்லுகின்றோம் உரிமையுடன் சொந்தம் கொண்டே!

குறிப்பு: கம்போங் = கிராமம் (மலாய்ச்சொல்)

17. இன்னுமொரு நாற்பதையும் கடந்திடுவீர்!

(எண்சீர் விருத்தம்)

(புதுச்சேரி முனைவர் நா.இளங்கோ அவர்களின் மணிவிழா மலருக்கு)

நற்றமிழில் புலவரவர் நாடுபுகழ்ப் பொழிவாளர்
நாவன்மைத் திறனாளர் நாவிளங்கோ பெருமகனார்
உற்றவர்க்கும் ஊரார்க்கும் உள்ளமுயர் பிசிராந்தை
உலகம்வாழ் தமிழர்க்கு உறவறிந்த கோப்பெருமான்
கற்றவர்க்கு வழிகாட்டும் காளமேகப் புலவரவர்
கடையேழு வள்ளலெனக் கல்விதனை வழங்குமவர்
சுற்றமென ஏற்பதிலே சொல்வதென்றால் இராமனவர்
சூழ்ந்துவரும் தமிழ்ப்பகையாம் சூரனுக்கு முருகனவர்

சொல்லுக்குப் பிழைதிருத்தும் சூத்திரத்தில் நன்னூலார்
சோர்ந்துவரும் மாணவர்க்குச் சுவைகூட்டும் பாவாணர்
நெல்விளைக்கும் பூமிதனில் சொல்விதைத்த பேருழவர்
நீண்டுவரும் தமிழ்ப்பகைக்கு நிமிர்ந்தெழுந்தால் பாவேந்தர்
நல்லபுதுப் பாடலுக்கு நாசுழற்றும் பாரதியார்
நாலடிக்குப் புகழேந்தி நன்னெறிக்கு வள்ளுவனார்
நில்லாத நிலவுபோல நித்தநிதம் சொல்பொழிவார்
நேர்த்திமிகு பண்புடையார்; நேர்கொண்ட கண்ணுடையார்

புதுச்சேரித் தோட்டத்தில் பூத்தநறும் முல்லையவர்
பொங்குதமிழ் ஆழ்கடலில் பூரணமாய் மூழ்கியவர்
மதுகண்டு மயங்காதார் மறைபொருளைப் பறைசாற்றார்
மக்களலை அரங்கத்தில் மழைபொழியும் மேகமாவார்
பொதுவுடமைத் தத்துவத்தைப் பொழுதெல்லாம் கதைத்திடுவார்
புகல்கின்ற தலைப்பெதிலும் பொதிகைமலைத் தென்றலவர்
முதுமையென்றும் தெரியாத மூத்ததமிழ் இளமகனார்
முக்குளிக்கும் பகுத்தறிவில் மூழ்கியெழும் படைப்பாளர்

மலையுயர்ந்த கொள்கைகளில் மாறாத பற்றாளர்
மருபடிந்த எழுத்துகண்டு மனமொடியும் சீத்தலையார்
கலைக்கல்வித் தாகூரின் கற்பகத்தின் முதல்வரவர்
கற்பித்தல் தொழிலின்பால் கதிரவன்போல் மிளிர்ந்திடுவார்
அலையலையாய் நகைச்சுவையை ஆங்கிடையே கொட்டிடுவார்
ஆழமான கருத்துகளை அவற்றினூடே விதைத்திடுவார்
வலைபோட்டும் கிடைக்காத வர்ணமுத்து வயிற்பிறந்தார்
வாழைமுதல் வைத்தவரை வணங்கிதினம் காக்கின்றார்

மலருக்கும் மாறனுக்கும் மாவன்புத் தந்தையவர்
மாசற்ற நாகமுத்து மகிழ்ந்திட்ட எச்சமவர்
திலகவதி சாந்திக்குத் தித்திக்கும் கண்ணானார்
தேர்ந்தபல உறவுக்குத் திசைகாட்டும் விளக்காவார்
மலரவரும் மணிவிழாவின் மாண்புமிகு தலைவனவர்
மங்காத புகழோடு மருவற்ற வாழ்வடைவார்
நலத்தோடும் வளத்தோடும் இன்னுமொரு நாற்பதையும்
நல்லவர்கள் வாழ்த்தோடு நடைபோட்டுக் கடந்திடுவார்!

18. எதிர்பார்ப்பிலேதான் ஏமாற்றம் (விருத்தம்)

(புத்தாண்டுக் கவிதை)

உடலுடனே உள்ளமும்தான் சேர்ந்து வாட
ஊர்சுற்றிக் கடன்வாங்கி உலவி வாழ்ந்தோம்
தடகளத்தில் போராடித் தாண்டி வந்தும்
தள்ளாட வைத்ததுவே சென்ற ஆண்டும்
கடந்தாண்டு பட்டதெல்லாம் கனவாய்ப் போகும்
காரிருளைக் கிழித்துவரும் கதிரோன் போல
நடப்பாண்டில் நற்காலம் பிறக்கு மென்று
நாமெல்லாம் எதிர்பார்த்து நம்பி நின்றோம்

சதிராடிக் கவிழ்ப்பதுபோல் சாய வைத்துச்
சங்கூதும் நாளினையே சந்தித் தோமே
எதிர்வருமிப் புத்தாண்டோ எமக்கு நல்ல
இனிமைதரும் வாழ்க்கையிலே ஏறும் எல்லாம்
முதிர்ச்சியுற்று புத்தாண்டின் முதலாம் நாளில்
முடிவொன்றை எடுத்திடவே உறுதி பூண்டோம்
கதிரோனைக் காணுமந்த நாளைக் கொண்டு
கந்துவட்டிக் காரரிடம் போக மாட்டோம்

இப்படியாய் எண்ணுகின்றோம் ஒவ்வோ ராண்டும்
இருந்தாலும் ஏமாற்றம் ஆண்டு தோறும்
தப்பிதமாய்க் கணக்கிட்டுத் தானும் கெட்டுத்
தவறாது வந்துபோகும் ஆண்டை நோவோம்
எப்போதும் போலவேநாம் இருந்து விட்டால்
எப்படித்தான் ஏமாற்றம் எம்மை அண்டும்?
இப்போது புத்தனானேன் எதிர்பார்ப் பில்லா
இயல்பான சுழற்சியிலே யாண்டும் நன்றே!

19. அகந்தை எண்ணமதை அகற்று (விருத்தம்)

அற்றைநாளில் என்பெற்றோர் அன்பில் மூழ்கி
   ஆசையுடன் அரவணைத்த அழகைக் கண்டேன்
மற்றைநாளில் மற்போரில் வரிந்து கட்டி
   மாற்றுச்சொல் மறைபேச்சில் மானம் போகும்
சுற்றத்தார் சூழநின்று பஞ்சா யத்தின்
   சுடுசொல்லின் இடுபொருளில் சுருங்கிப் போனேன்
உற்றவர்கள் ஒருமுடிவாய்க் கலந்து பேசி
   ஒருவழியாய் உதவினார்கள் பிரிந்து வாழ.

அன்பான அப்பாவைப் பிரிந்து சென்று
   அம்மையுடன் இணைவாழ்வை ஆரம் பித்தேன்
தன்மான கௌரவத்தில் தவித்த காலை
   தலையிலடி தானெனக்கு விபத்தில் காயம்
முன்வந்த அப்பாவே முதலில் அம்மா
   முகத்தோடு முகம்பதித்து என்னைப் பார்த்தார்
இன்முகமாய் எழுந்துவிட்டேன் இடும்பை காணோம்.
   ஏனிப்படி அகந்தையினால் இழந்தோம் வாழ்வை?

20. எண்ணி உவப்புற்றேன் (வெண்பா)

அற்றைநாள் என்பெற்றோர் அன்பில் திளைத்திடப்
பிற்றைநாள் பேதமுற்றுப் போரிட - ஒற்றறிந்த
சுற்றத்தார் சூழ்ந்துரைத்த சூழ்ச்சி பிரித்தது
குற்றம் எவர்மாட்டோ கூறு?

அன்புநிறை அப்பா அகன்றிட, அம்மையுடன்
இன்பம் இருப்பதாய் இணைந்திருந்தும் - துன்புற்றென்
கன்னம் கரியாகத் தீச்சுடவே கேள்வியுற்று
என்னப்பா வந்தார் இவண்.

குறைசொல்லிக் கூறுபட்ட காதையின்றிப் பேசி
நிறையெண்ணிக் கூடி நெகிழ - முறைவைத்து
மாறிமாறி முத்தமிட மாந்தர் உளவியலில்
தேறிவந்தேன் நித்தமதைத் தின்று.

எண்ணி இருநாளில் இல்சேர் மறுநாளில்
தண்ணீர்த் தாமரையாய் ஒன்றானோம் - கண்டயென்
கண்ணீரில் கண்சிரிக்கும் காட்சிக் கரைபுரளப்
புண்ணியமாய்ப் போனதப் புண்.

21. மிருக மருத்துவரைப் பார்! (விருத்தம்)

உடல்நிலைக்கோர் ஊறுவரக் கிழத்தி சொன்னாள்
ஒருமிருக மருத்துவரை உடனே பாரேன்
அடம்பிடித்த அக்கணவன் ஐயம் கேட்டான்
அதற்கவளோ ஆரம்பித்தாள் அடுக்க டுக்காய்
படுக்கையிலே கோழிபோலப் படுத்து றங்கிப்
பல்விளக்கிக் காகம்போல் குளிக்கப் பார்த்தேன்
எடுத்துணவை முதலைபோல் விழுங்கிப் பின்னர்
எடுக்கின்றாய் ஓட்டத்தைக் குதிரை போல

அலுவலிலே மாடாக உழைத்த நீயோ
அடுத்தவர்செய் தவற்றுக்குக் கரடி கத்தல்
தலைதெறிக்க வீடுவந்தால் தவளை சத்தம்
தங்கையிடம் கொஞ்சுகின்றாய் தாவும் நாயாய்
உலைவைக்க நேரமானால் நரிபோல் ஊளை
ஒன்றல்ல இரண்டல்ல உண்மை சொன்னேன்
சிலைமானாய் நின்றவனை உற்றுப் பார்த்தாள்
சிங்கம்போல் கடிப்பாயா சீண்டிச் சென்றாள்.

22. மாமணியே மனந்திறவாய்.. (விருத்தம்)

மடைதிறக்கச் சொல்லுதிர்காண்; மருநீக்க எழுத்துதிர்காண்
தடைவிலக்கிச் செயலுருகாண்; தனைமறக்க உனையுணர்காண்
எடைகுறைத்த செருக்கினைக்காண்; எளியவர்க்கே ஈவதைக்காண்
விடையளிக்கத் திறன்பெறக்காண்; வீரமதில் விவேகம்காண்

நடைபோட நல்வழிகாண்; நட்டோரே துணைவரக்காண்
புடைசூழ அறவோர்காண்; போம்வரையில் புகழைக்காண்
கொடையளித்து மகிழ்ந்திடக்காண்; கொள்கைக்காய் வாழ்ந்திடக்காண்
கடைக்கோடி மனிதனைத்தான், கண்மலரக் காத்திடக்காண்

சுற்றத்தைத் தாங்கிடக்காண்; சோம்பலுக்கு விடுதலைகாண்
குற்றத்தைக் கடிந்துரைகாண்; குணமிடத்து வாழ்த்துரைகாண்
கற்றுவரச் சிறப்பைக்காண்; காண்பவற்றில் அறிவுறக்காண்
உற்றாய்ந்து உண்மையைக்காண்; உள்ளார்ந்து தெளிவினைக்காண்

சினம்தணிக்கும் வழியினைக்காண்; சிந்தனையில் புத்தொளிகாண்
இனம்பாரா இணக்கம்காண்; இயற்கைதரும் படிப்பினைகாண்
தினம்தொண்டு செய்திடக்காண்; திருமகனாய்த் திகழ்ந்திடக்காண்
மனம்திறந்தால் நீயேதான், மக்களுக்குள் மாமணிதான்!

23. அறுவடை செய் மனமே!

Swami Vivekanandhar:
Our heart is a very good fertile land.
We plant love, hate, fear, hope, revenge, jealousy,
- surely grows and bears fruits.
We have to decide 'what to harvest'

(இன்னிசைக் கலிவெண்பா)

எதையும் விளைக்கு மிதய வயலில்
விதைத்திடும் வித்தோ வெறுப்பு பொறாமை,
அறிவாற்ற லூக்க மணுக்க வுறவு
முறிவிலாக் கேண்மை, முழங்கிடும் சீற்றம்,
அறம்செய் இயல்பில் அணிசேர் விவேகம்,
திறனருள், பாகற்காய், தேன்சுவை தாழ்மனம்
அன்பொழுக்கம், நேர்மை, அறியாமை, கையூட்டு
வன்மம், கொடுங்களவு, வாய்ச்சொல்லில் நாணயம்
பண்பாடு நன்மரபு, பார்போற்றும் நேயகுணம்
திண்மை, திகட்டாத வண்மையிவை யெல்லாம்
முளைகண்டு வேரூன்றி மூண்டடர்ந்த தோப்பில்
கிளையெலாம் காய்கனிகள் கிட்டியே தொங்கிநிற்கப்
பற்ற லெவையென்று பாங்கா யறுவடைசெய்
உற்ற பயனென் றுணர்ந்து.

பொழிப்புரை:
வெறுப்பு, பொறாமை, அறிவு, ஆற்றல், ஊக்கம், அணுக்க உறவு, முறிவில்லா நட்பு, முழக்கமிடும் சீற்றம், அறம்செய்கின்ற இயல்பு, வீரம் சேர்ந்த விவேகம், திறன், அருள், கசப்பு, இனிமை, தன்னைத் தாழ்வாக எண்ணிக்கொள்ளும் மனம்,

அன்பு, ஒழுக்கம், நேர்மை, அறியாமை, கையூட்டு, வன்முறை, கொடுமையான களவு, வாய்ச்சொல்லில் நாணயம், பண்பாடு, நல்ல மரபு, பார்போற்றும் பேருவகை, திண்மை, திகட்டாத வள்ளல் தன்மை, சுற்றம் தாங்கல், ஆகிய பண்புகளான விதைகளையெல்லாம் விளைவிக்கக்கூடிய நல்வயல் போன்றது நமது இதயம்.

அவ்வாறு ஊன்றிய விதைகள், நம் இதயத்தில் முளைத்து வளர்ந்து, காய்த்துக் கனிந்து, கைக்கு எட்டிய உயரத்தில் இருக்கின்றன. அவற்றில் பயன் தருபவை எவையென நாம்தான் தேர்ந்துணர்ந்து ஒழுங்காய் அறுவடை செய்திடல் வேண்டும்.

24. கம்பனின் கவியழகு (விருத்தம்)

திருவழுந்தூர் தோன்றியவர் திருவரங்கில் ஏற்றியவர்
கருதூரில் அடங்கியவர் கம்பனெனப் பேருடையர்
குருவின்றிக் கற்றறிந்து குறைவின்றிப் படைத்தளித்தார்
உருமாற்ற வடமொழியை உளமுயரப் படித்தறிந்தார்

கவித்திறனைக் காட்டுவெனக் கதைகொடுத்தார் வால்மீகி
குவித்தப்பா கோபுரத்தில் கொடிநட்ட கவியோகி
புவிமீதில் கம்பனைப்போல் புனைந்தவரோ யாருமிலர்
நவின்றாலே அவரேதான் நற்றமிழில் பெரும்புலவர்

கலையுணர்வில் திறன்வியந்து கதைவிடுத்துக் காவியத்தின்
அலையடுக்காய் விருத்தத்தின் அங்கமெலாம் சுவைத்திடலாம்!
மலைபோல உருவாக்கி மதிமயங்கச் செய்தவரோ?
தலையான காவியத்தைத் தந்தயிவர் ஓவியரோ!

அடரழகில் மூழ்கியெழ ஆற்றலினைப் பயன்படுத்தித்
தடந்தெரிய ஒளியூட்டித் தமிழ்ப்பாவை முன்னெடுத்தார்
சுடர்தெறிக்கும் ஆரமதைச் சொற்பூவால் வடிவமைத்தார்
புடம்போட்ட சொல்லெடுத்துப் பொருள்கூட்டி நெறியுரைத்தார்

சிதைக்காமல் பாத்திரங்கள் சிறப்புறவே படைத்ததிலே
புதையலுக்குள் உவமைகளைப் புகுந்தெடுத்து நமக்களித்தார்
கதையாறு துறையாகக் காண்டங்கள் பிரித்தெழுதி
அதைநூறு படலமென ஆளுமையால் விரித்தளித்தார்

கற்பனைவான் எல்லைக்குக் கரைகண்ட கவிஞர்கோ!
நற்சொற்கள் இடங்கேட்டு நாற்புறமும் சூழ்ந்தனவோ?
வற்றாத ஊருணியாய் வடிவிசையின் கவியமுதோ?
குற்றால அருவிகளைக் கூட்டிவந்த தேனாறோ?

இடம்பொருளின் ஏவலுக்காய் இனச்சொற்கள் அணிவகுக்கும்
தடம்பதித்து வெளிப்படுத்தத் தானியங்கி போலவரும்
குடகுமலைத் தென்றலுடன் கோட்டிசையின் சந்தத்தில்
முடவனுமே எழுந்திடுவான் முற்றாக நிமிர்ந்திடுவான்!

அதிநீள இலக்கியமாய் அத்தனையும் கற்கண்டாய்
மதியாளும் மண்டைக்குள் கவியூற்றின் பெருக்கெடுப்பு
சதிசெய்தே அழித்திட்ட சங்கப்பா போலின்றி
நதிநீரில் போகாமல் நாம்படிக்கக் கிடைத்தனவே.

நீதிநெறி கூறெமக்கு நெடும்பயணம் எடுத்தவராம்
ஓதியிதை அறிவதற்குள் ஓராயுள் போய்விடுமாம்
ஆதியிவர் பிறந்திருந்தால் அக்காலப் புனைவோரைப்
போதிமர நிழலுக்குப் போயுணரச் செய்திருப்பார்

பூவேந்தர் சோழனவர் போற்றாத கவியருமை
பாவேந்தர், அண்ணாவும் பாராட்டும் மொழிப்புலமை
நாவேந்தர் பாரதியின் நற்பாவில் முதற்புலவர்
ஈவேந்தர் சடையப்பர் எடுத்தணைத்த சொல்லுழவர்

மண்வாசம் போற்றயெண்ணி மாண்புகளை முடிந்தவரை
பண்பாட்டை உள்ளடக்கிப் பாசத்தை வெளிக்காட்டித்
திண்மையுடன் படைத்ததனால் திகழும்பேர் இலக்கியமே!
உண்மையிலே தமிழனிதை உணர்ந்தாலே பெருமகிழ்வே!

25. கைமணல் அளவே! (வெண்பா)

கரி,பெரிதே யாயினும் கானகத்தை ஆளா(து)
அரி,சிறிதே யாயினும் ஆளுமே, நெல்லின்
பொரியால் பெரும்பசி போகாதே, போக்க
அரிசித் தவிட்டைக்கூழ் ஆக்கு.

தவவலிவால் கற்றறிந்த தக்கா ரெனினும்
அவரவர் கைம்மண் ணளவே அறிவாம்
தவலை உவர்நீர்த் ததும்பினும் ஓர்வாய்
குவளைக் குடிநீர்க்கில் ஒப்பு.

எவர்க்கும் முழுதும் எளிதன் றுணர்க
அவரவர் கைமணல் அவ்வளவே ஆற்றல்
விரலுக்கும் ஏற்றளவே வீக்கம், இசைப்போர்
குரலுக்கும் ஏற்றளவைக் கொண்டு.

புதுக்கவிதைகள்

26. சிங்கப்பூர்ச் சிங்கம்

(கவிமாலை நடத்திய இசைப்பாடல் போட்டியில் வெற்றி பெற்ற பாடல். பின்னர் இசையமைக்கப்பட்டு அரங்கேறியது.)

தொகையறா:

நீந்திவரும் படகருகே நித்தம் நித்தம் தவம் செய்து
நீர்பாய்ச்சிக் குளிர்விக்கும் நேர்த்திமிகு சிலைவடிவில்
ஊர்த்தாகம் தீர்த்திட ஊற்றிநிற்கும் அரிமா போற்றி
அரிமா போற்றி!

பல்லவி:

சிங்கை ஆற்றின் கரை ஓரத்தில்
சிங்கம் ஒன்று நிற்பதைக் கண்டேன்
அங்கம் முழுதும் வெள்ளை நிறம்
அதுவே அரசின் கொள்கை நிறம்
சிங்கை

சரணம்:

கடலின் அலையில் கனிவாய் எழுந்து
காற்றின் அலையாய்ச் சிலையைத் தழுவி
மிதந்து வந்த தென்றல் காற்று
மெல்லச் சொன்னது சேதி ஒன்று
சிங்கை

தென்றல் பேசுகிறது
தமிழா அமிழ்தாய்த் தமிழ் பேசு
தாய்ப்பால் கலந்து மொழி பேசு
சிம்மா சனத்தில் செந்தமிழ் ஆட்சி
செந்நீர் சிந்திய தமிழனின் மாட்சி
         சிங்கை

வீட்டிலும் வெளியிலும் தமிழ் பேசு
வேண்டிய இடத்தில் பிறமொழி பேசு
பிறக்கும் பிள்ளைக்குப் பேர்வை தமிழில்
பேர்தான் உனக்கு முகவரி உலகில்
         சிங்கை

மீண்டும்
மிதந்து வந்த தென்றல் காற்றென்
மேனியைத் தழுவிச் சொன்னது சேதி
தாய்ப்பால் சுரந்த மொழியைக் கலந்து
தமிழா அமிழ்தாய்த் தமிழைப் பேசு
         சிங்கை

27. வள்ளுவன் விதித்த தடை

விரைவு வண்டியில் வேகமாய் ஏறியதொரு மயில்
எதிர் இருக்கையில் அமர்ந்தது அவ்விளங்குயில்

அலங்காரமில்லா அழகுப் பதுமை என வார்ப்பு
உருட்சியும் திரட்சியும் கலந்த வனப்பிலோர் ஈர்ப்பு

குறும்புப் பார்வை; குழந்தை தோற்கும் சிரிப்பு
குளுகுளு வண்டியில் கதகதப்பானதென் உடம்பு

உடலைவிட்டு உயிர் விடைபெறுவதுபோல்
ஜூகூனில் ஏறியவள் ஜூரோங்கில் இறங்க எத்தனித்தாள்

குனிந்து பையைத் தூக்கும்போதுதான் தெரிந்தது
ஒளித்துச் செருகியிருந்த ஒளியிழந்த மஞ்சள் கயிறு

சங்குக் கழுத்தைப் படைத்தவன் அந்த
அங்கக் கழுத்துக்கு ஒருமுழம்
தங்க விழுதுக்குக்கூட வழி செய்யவில்லை

அய்ஸ்வரியம் அற்றவளாய் இறங்கினாலும்
அய்ஸ்வரியாராயாய் நடை நடந்து போனாள்
அந்த அபிஷேக்கை எண்ணி எழுந்தது பொறாமை

பிறன்மனை நோக்கும் பேராசைக்குப்
பேராசான் வள்ளுவன் தடை விதித்திருக்கிறான்
என் செயலைத் தடுக்கத்தான் அந்தத் தாலி
என்னுள் எழும் அலைகளுக்கு ஏது வேலி?

28. பேராசான்கள்!

பள்ளிக்கூடத்திற்கு அன்று போனேன் ஆசிரியர்கள்
பாடப்புத்தகத்தை மட்டும்தான் படிப்பித்தனர்

பள்ளிக்கு வெளியே பட்டறிவுப் பேராசான்
பயிற்றுவித்த பாடங்கள் பலநூறென்பேன்

கடற்கரைக்குச் சென்ற எனக்குக் கடலலை கூறியது
விடாமுயற்சியை வாழ்வில் விடாதே என்று.

கதிரவன் அந்த அலையிடையே காரித்துச் சொன்னான்
கடமையையும், நேரத்தையும் கடைப்பிடி என்று

என்னருகே அணிவகுத்த எறும்புகளின் அறிவுரை
என்றைக்கும் சுறுசுறுப்பை ஏற்றிப்போற்றென்று

சிங்காரத் தோட்டத்தில் சிரித்து நின்றபூ செப்பியது
சினம்தவிர்த்துப் புன்னகையுடன் சிறந்துவாழ் என்று

பூக்களைவிட்டுப் பறந்ததேனீ புகன்று சென்றது
புத்துலகில் சேமிப்பே பொருளுடைய வாழ்வென்று

பார்மீது பொழிந்தமழை, பார்த்தென்னைப் பகர்ந்தது
பார்வையில் என்றும் பாகுபாடு காட்டாதே என்று!

29. காற்று

காட்சிப் படுத்த முடியாதது நம்மை
ஆட்சிப் படுத்திக்கொண்டிருப்பது
அசையா சொத்தை அசைத்துப் பார்க்கிறது
ஆழிப்பேரலையை அமலாக்கம் செய்கிறது
இசையைச் சிலையாக்கி இதயத்தில் இருத்துகிறது
இடியிடித்து மழைவரும் செய்தியைத் தேனாக்குகிறது
மேகத்தின் வேதியல் கூட்டுப் பொருளாகிறது
மேலெழுந்து ஊர்தியைப் பறவையாக்குகிறது
தொலைக்காட்சிக்கு வாழ்வளிக்கிறது
அலைவரிசைக்குப் பெயர் கொடுக்க வைக்கிறது
விதையை மண்ணுக்கு மேலே எழவைக்கிறது
வேர்களைச் சுவாசிக்கவைத்து விளைச்சல் கொடுக்கிறது
மகரந்த சேர்க்கைக்குத் தூது போகிறது
மணம்கடத்தி மலர்களிடம் வண்டுகளை ஈர்க்கிறது
அலைகளை இடைவிடாது ஆர்ப்பரிக்க வைக்கிறது
அருவியைத் தூரத்திலேயே அடையாளம் காட்டுகிறது
மழைச்சாரலில் மனத்தை மகிழ வைக்கிறது
மாரிக்காலத்தில் மேகங்களை மலைய வைக்கிறது
கொத்தளத்தின் முரசொலியைக் கேட்க வைக்கிறது
கோட்டையில் கொடியைப் பறக்க வைக்கிறது
காகங்களிலிருந்து குயிலைப் பிரித்துக் காட்டுகிறது

கவுதாரியை வேடனுக்குக் காட்டிக்கொடுக்கிறது
பாய்மரக் கப்பலுக்குப் பாதை காட்டுகிறது
ஏவுகணை வாலில் எரியூட்டி எழ வைக்கிறது
சேற்றுக்குள்ளும் தவளையை வாழ வைக்கிறது
செந்தாழம் பூவுக்குள் நாகத்தைச் சேர்க்கக் காரணமாகிறது
ஊஞ்சலுக்கோர் உந்து சக்தியாகிறது
உலகத்தைப் பேதமின்றி வாழவைக்கிறது இறுதியில்
உடலைவிட்டு வெளிநடப்புச் செய்து
உயர்திணையாகிய நம்மை அஃறிணையாக்கிவிட்டு
ஊர்போற்ற தன் போக்கிற்கு ஓடிவிளையாடுகிறது!

30. ஆன்மா போட்டுக்கொண்ட முக்காடு

சாயம் வெளுத்து
எச்சரிக்கை மணி அடிக்கப்பட்டுவிட்டது
நாட்களை எண்ணியவாறு..

நம் எச்சத்தை அனுபவிக்க
நம்மைவிடவும் ஆவலாய்
நம் மரணத்தை எதிர்பார்க்கிறார்கள்
நம் எச்சங்கள்

செய்த தவற்றை ஏற்றுக்கொள்வோம்
வெற்றிக்களிப்பில் மிதக்கமாட்டோம்

தோல்விக்குப்பின் துவளாத தத்துவமெல்லாம்
உபன்யாசத்திற்குத்தான் ஏற்றவை.

சம்பிரதாய மரபுகளும், சட்ட விதிகளும்,
உள்ளுக்குள் சண்டையிடாதபோது
விவாதங்கள் செய்தேதும் பயனில்லை

அக்கிரமக்காரர்கள் செழித்து வாழ்வதால்
அநியாயங்கள் பக்கம் நிற்கும் மக்கள்.

மனசாட்சியற்ற மனித மிருகங்கள்
இதையெல்லாம் நிதானித்துத் தீர்ப்பளிக்க
யாருக்கும் நேரமில்லை; நெஞ்சமும் இல்லை

உண்மையும் நேர்மையும் நல்ல உறக்கத்தில்
தவறுகளும் குற்றங்களும் பூட்டிய பேழைக்குள்

ஆன்மாவின் எதிர்பார்ப்புக்காகப்
பல நேரங்களில் நாடக மேடைகளில்

நாம் வாழ்ந்து தொலைக்கிறோம்
நம் இதய ஒலியை நாமே
செவிமடுத்தால்
நம் ஆன்மா முக்காடு போட்டுக்கொள்ளும்

அவரவர்
ஆன்மாக்களைத் தொட்டுப் பார்க்கும்
துணிவு யாருக்குமில்லை
தொட்டால் சுட்டுவிடும் என்பதால்.

இதுவரை ஆன்மாவை
மூடிவைத்துக்கொண்டு வாழ்ந்ததுபோல்
பிறருக்காகவும் வாழ நினைக்கவில்லை
பிறர் பகர்ந்தபடியும் வாழ எண்ணமில்லை

மானுடத்தில் வர்ணம் பார்க்காததால்
வானவில் கண்களுக்குப் புலப்படுவதில்லை

உண்மைகளையறிய
'நான்' இல்லாத நான்
போதிமர நிழல்நோக்கிப் போகிறேன்

முதிர்ச்சி தந்த அனுபவத்தால்
மீதமுள்ள வறண்ட நாட்களை
விரயமாக்க எண்ணமில்லை

அதோ அதுவரை வந்துவிட்ட எம்மை
அந்தி வானம் கண்சிமிட்டி அழைக்கிறது

இரண்டு வாழ்க்கையைக் கொண்டவர்கள் நாம்
நம்மை நாம் உணரும்போது
நம் இரண்டாவது வாழ்க்கை தொடங்குகிறது...

31. கொரோனா

செய்திப் பரிமாற்றங்களுக்கு மட்டுமல்ல
வதந்திப் பரிமாற்றங்களுக்கும் புகழ்பெற்றது வாட்சப்!

கற்பனைகள் பெரும்பாலும் உண்மையாகின்றன!
உண்மைகள் பலநேரம் ஊமையாகின்றன!
கைபேசி
கண்களைவிட்டும் காதுகளைவிட்டும்
கழற்றமுடியாத அணிகலனாகிவிட்டதால்
தொலைநோக்கு நோய்களுக்குத்
தொலைபேசி கரணியாய் இருக்கப்போகிறதாம்

வரப்போகிற விளைவுகளிலிருந்து தப்பிக்க
வாட்சப் 'வல்லுநர்'களுக்கோர் வேண்டுகோள்!

வதந்திகளை வகைவகையாய் உற்பத்தியாக்கி
வானளவு தீயவைக்கு மூலவர்களாய் இருந்திருக்கிறீர்கள்.

பொய்மையும் நன்மை பயத்தலால்
"கைபேசி ஒலியின்வழி கொரோனா பரவுகிறதென"
புனையுரையொன்றைப் பகிர்ந்துவிட்டுச் செல்லுங்களேன்!!

32. தும்பை விடுத்துவிட்டு வாலைப் பிடிக்கிறேன்

எத்தனை ஆண்டுகளை
என் வாழ்வில் விரயம் செய்துவிட்டேன்?
ஏன் யார்க்கும் ஒரு பருக்கையைக்கூட எடுத்துக்கொடுத்ததில்லை
மாறாகப்
பொறாமைப்பட்டேன்
புறம் பேசி மகிழ்ந்தேன்
பொய்யுரை பகர்ந்தேன்
போலியான புகழுரையை அளித்தேன்
நம்பியவரைக் கைவிட்டேன்
நல்லவனைப் பொல்லாதவன் என்றேன்
பொல்லாதவனைப் போற்றி வாழ்ந்தேன்
எங்கேயும் எப்போதும் யாரிடத்தும்
சாந்தக் கண்கள் சந்தேகக் கண்களாகிவிட்டன
இவ்வாறான
எதிர்மறைச் சிந்தனைகளையும் செயல்களையும்
அரங்கேற்றி மகிழ்ந்தேன்

இனியாவது செய்யலாம் என்றால்
உடலில் தெம்பு இல்லை
உள்ளத்தில் திராணி இல்லை
கண்கள் மஞ்சளாகி விட்டன
காதுகள் தூர்ந்துவிட்டன
நடை தளர்கிறது
நரைதிரை வந்து வனப்பைக் குறைக்கின்றன
அடங்கிப்போன வயதில்
போதிமர நிழல் கைகொடுத்தது
அடுத்த பிறப்பு என்று ஒன்றிருந்தால்
எதிர்மறைச் சிந்தனைகளை விடுத்து
உடன்பாட்டு வினைகளையெல்லாம்
உள்ளத்தில் ஏற்றிட உறுதி செய்துவிட்டேன்.

33. கனம் இறங்கிய கணம்

மெய்நோகும் பயிற்சியின் வியர்வைமீது
மெல்லிய பூங்காற்று
மேனியைச் சிலிர்க்கவிட்டு ஓடும்போது...

அமைதி தழுவி நிற்கும் ஆழிநீர் ஆடியில்
அழகுநிலாவைப் பார்க்கும்போது...

முல்லை விரிந்ததன் நாற்றம்
மூக்குக்குள் நுழையும்போது...

கைக்குழந்தை ஒன்று
கண்மலர்ந்து பொக்கைவாய் திறந்து
சிரிக்கும்போது...

நெளிந்து வளைந்து ஓடும் நீரோடையில்
மூழ்கியெழுந்து மூச்சுப் பிடித்து நீந்தும்போது...

காலையில் எழும் கதிரொளியில்
கவலை மறந்து நனையும்போது...

வெட்டவெளியின் அடைமழையில்
சொட்டச் சொட்ட மெல்ல நடக்கும்போது...

அதிகாலைப் புல்லின் நுனிகள்
அகில உலகப் பந்தைத் தாங்கி நிற்கும்போது...
ஊடே புகுந்துவந்த நாய்க்குட்டி
உருண்டு புரண்டு வந்து உதட்டை நக்கும்போது...

விதைத்துவிட்ட விதை மூன்றாம்நாளில்
விரைந்து தரைமுட்டித் தலைகாட்டும்போது...

தடாகத்தின் தாமரை இலைகள்மீது
தப்படிபோடும் வாத்துக்குஞ்சுகளை நோக்கும்போது...

தாய்க்குருவி சேய்க்குருவிக்குப்
பறந்தபடியே ஊட்டி மகிழும்போது...

முட்டையைப் பொத்துக்கொண்டு
மூக்கைநீட்டிக் குஞ்சு தலையெடுக்கும்போது...

இன்பக் கனவுகண்ட குழந்தையின்
இதழோரம் நெளியும்போது...

நிசப்தத்தை உடைத்தெழும் நாயின் ஊளையை
நீண்ட தூரத்திற்கப்பாலிருந்து கேட்கும்போது...

கண்டுகொள்ளாத பூனையொன்று
கால்களை உரசிக்கொண்டு குரல்கொடுக்கும்போது...

உச்சி மணல்மேட்டிலிருந்து
உருண்டு சறுக்கும் நேரத்தின்போது...

மலைக்காட்டு ஏற்றத்தில்
சுனைநீரைக் குடிக்கும்போது...
திருடிய பனை நுங்கைத்
திகட்டு மட்டும் உறிஞ்சிச் சுவைக்கும்போது...

இளம் பெண்கள் கூட்டம்
இடுப்பை ஒடித்து ஆடும்போது...

விரைவு நெடுஞ்சாலையில் வாகனத்தை
வேகமாய் ஓட்டி வரும்போது...

பூவுலக வரைபடத்தின்
பூஜ்ஜிய டிகிரியை மிதித்தபோது...

ஈபிள் டவரின் உச்சியில் நின்று
இழையும் எறும்புபோல் மனிதனைப் பார்க்கும்போது...

ஏணியின்றி ஏறிப்போய்ச் சீனப்பெருஞ்சுவரில் நின்று
எப்படித்தான் எழுப்பினரோ என்றெண்ணியபோது...

பைசா கோபுரம் சாய்ந்துவிடக்கூடாதென்று
பாய்ந்துபோய் நிமிர்த்திப் பார்த்தபோது...

என் நூலைப் படித்த யாரோ ஒருவர்
ஏனிப்படி எழுதினீர் என்று கேட்கும்போது...

இதயத்தின் கனத்தை இறக்கிய நேரம் என்பேன்;
உதயமாகும் மகிழ்ச்சிக்கு அது ஊற்று என்பேன்;
உனைமறந்து எனைமறந்த உலகம் என்பேன்.

34. எல்லாக் கல்லறைகளுக்குள்ளும் இப்படித்தானா...

நம்பிக்கைக்குரிய
நண்பர்கள் சிலரிடம் மட்டும் இலைமறை காயாக
தங்கையிடம் வாய் திறக்காதவை
அக்காவிடம் புரியாத மொழியில் முணுமுணுத்தவை
ஆசிரியரிடம் மூச்சு விடாதவை
அப்பாவிடம் செப்பாதவை
அம்மாவிடம்கூடச் சூசகமாய்க் கதைக்காதவை
கட்டியவளிடம்
'நூற்றுக்கு நூறு நல்லவன் இல்லை' என்று
பாதுகாப்புக்குச் சொல்லி வைத்தவை

நினைத்து நினைத்து மகிழ்ந்தவை
எண்ணி எண்ணிக் கண்ணீர் விட்டவை

ஏதோ இதுவரை இவன்
கௌரவமாக வாழ்ந்தவன்போல்
'ஊராருக்குத் தெரிந்துவிட்டால்'
பேர் கெட்டுவிடும் என்ற நினைப்பில்
பெட்டிக்குள் வைத்துப் பூட்டிவிட்டுத்
திறவுகோலைத் தவறவிட்டுவிட்டேன் எனத்
தனக்குத் தானே
பொய்யுரைத்துக்கொண்ட தங்கக் கட்டி

இறுதியில்
கல்லறைக்குச் சென்று அடக்கமாவது
அவன் உடல் மட்டுமல்ல
அவனுள்ளிருந்த இரகசியங்களும் கூடத்தான்.

35. இரண்டும் கேட்டான்?

பக்கத்து இருக்கையில்
அமர்ந்திருந்தவரின் மடியில்
அழகுப் பெண் குழந்தை!
அவனையே பார்த்துக்கொண்டிருக்கிறது

அவனோ
இயல்பாக எந்தக் குழந்தையையும்
எளிதாக நட்பு கொண்டு
கொஞ்சி விளையாடுபவன்

இரண்டுநாள்
ஒழிவில்லாமல் உந்து வண்டியில்
ஊர் சுற்றிய பயணக் களைப்பு
'தூங்கிவிட்டு
மறுநாள் செல்லலாமே'
அம்மாவின் வேண்டுகோள்
மூன்றரை மணிநேரம் போதும்
விமானத்தில் உறங்கிக்கொள்கிறேன்
சொல்லி வந்தான் பதில்

உறக்கம் தேவைப்பட்டது
அதனால்
குழந்தையின் பார்வையைத்
தவிர்க்கப் பார்த்தான்
குட்டிக்கென்ன தெரியும்?
அவனையே பார்த்துச் சுண்டியிழுக்கிறது

அவனையே பார்க்கிறதென்று
அவனுக்கெப்படித் தெரியும்?

பாவம் குழந்தை!
இல்லை,
பாவம் அவனேதான்!

36. குப்பைத்தொட்டி

செய்யும் தவற்றையெல்லாம்
கிழித்துப்போட்டுக்
குப்பைத்தொட்டியை
வெளியே வைத்து நிரப்பாமல்
நாம்
இப்போதெல்லாம்
வயிற்றினுள் வைத்துக்
கண்டதையெல்லாம் தின்று
அதை நிரப்பிக்கொண்டிருக்கிறோம்!

37. மேகம் மேயும் வீதிகள்
(செப்டம்பரில் சிங்கப்பூர் - 2019)

சுட்டெரிக்கின்ற ஆதவன்
ஒளிக்கதிரிழந்து
வட்டவடிவில் அழகுநிலவாய்

வயோதிகர்களும் நோயாளிகளும்
இருமி முனகிக்கொண்டு
வீட்டுக்குள்ளே முடங்கியவர்களாய்

சின்னஞ் சிறுசுகள்
கண்களைக் கசக்கிக்கொண்டு
காரணம் சொல்லத் தெரியாது அழுதவர்களாய்

சல்லடை வெள்ளைத் துணியால்
வாய்பொத்தி நாசிபொத்தி
மாணவர்கள் பள்ளிக்குச் செல்பவர்களாய்

கூப்பிடு தூரத்தில் கொலுகொண்டிருக்கும்
கூடகோபுரங்கள்
மறைந்து நிற்கும் கனவுக்காட்சிகளாய்

பகலை முன்னிரவாக்கி
மேகம் மேயும் வீதிகளுக்கு
ஒளிபாய்ச்சிக்கொண்டு ஓடும் வாகனங்களாய்

ஓடுபாதை தெரியாத விமானங்கள்
வானில் வட்டமிடும் கழுகுகளாய்

அண்டைநாட்டு
மாசுகட்டுப்பாட்டுத் துறையமைச்சுகள்
இந்தோனேசியாவுடன்
கருத்தறிக்கையில் மோதல்களாய்!

வளிமண்டலத்தைப் புகைமண்டலமாக்கும்
அதிகாரத்தை இவர்களுக்கு யார்கொடுத்தது?

இம்மாதங்களில்
ஆதிமூலம் கண்டறியும் சண்டைகளும்
பாதிப்பில் நம் அன்றாடங்களும்
ஒவ்வோர் ஆண்டும் தொடர்கதைகளாய்..!

38. 'துயிர்' அல்லது 'Irony of the Life'

மதிய உணவில்லாக் காலத்துப் பாடசாலையில் என்
மாணவப் பருவம் தொடக்கம்

அடிபட்டு நெளிந்த
அலுமினியத் தூக்குச் சட்டியில்
பழைய சோற்றை நிரப்பி
நீராகாரத் தண்ணீர் ஊற்றி
வெங்காயம் பச்சைமிளகாயை
மிதக்கவிட்டுக் கொடுத்தனுப்புவாள்,
பத்து பிள்ளைகளைப் பெற்றெடுத்த - என்
பாசமுள்ள தாய்!
வறுமை விளையாடிய சூழலிலும்
வகுப்பில் சதம் அடிப்பவன் நான்

மதிய இடைவேளைக்கு மணியடிக்கும்
கிடைதிறந்த ஆடுகளாய் வெளியேறி
அருகில் அடர்ந்து படர்ந்த
அரசமரத்தடியில்
அணியணியாய் அமர்ந்து,
உண்டு களிப்போம்

இடையிலொரு
செல்வந்தர் வீட்டு
மக்குப் பிள்ளைக்குச்
சுடச் சுட உணவைப்
பரிமாறி நிற்பார் நளபாகன்
விரல்களுக்கிடையில்

தயிர் பிதுங்கப் பிதுங்கப்
பிசைந்து சாப்பிடும் அவனைப்
பார்த்த பின் - என்
உண்ட களிப்பு
ஒரு நொடியில் ஓடி மறைந்துவிடும் !

அது பொறாமையினால் அன்று;
பேருக்கு மோர்கூட ஊற்றாத
பெற்றவளை நிந்தித்தும் அன்று;
வறுமைக்கோட்டைத் தாண்ட முடியாத
வற்கடம் புகுந்த
வாழ்க்கைச் சூழலை எண்ணியும் அன்று ;
'தயிரின் சுவை எப்படியிருக்கும்?'
கற்பனையில் எண்ணி வந்த ஏக்கம்

இப்போதெல்லாம்
தயிரென்றால்
உயிராக உண்டு வாழ்ந்துவந்த நான்
சென்ற ஆண்டு சென்னையம்பதியிலே ஒரு
சித்த மருத்துவரிடம் சென்றேன்
"வெள்ளை உணவெல்லாம்
உடலுக்கு வினைதான்,
தயிர், பால், உப்பு, சீனியைத்
தவிர்த்து விடு' என்று சொல்லிவிட்டார்
இல்லாதபோது ஏங்கி நின்றேன்
இருக்கிறபோதும் ஏங்கி நிற்கிறேன் !

39. நாட்காட்டி

தினம் என் முகத்தில் விழித்த பின்
உங்கள் அன்றாட வாழ்க்கையைத் தொடங்குகிறீர்கள்!

அக்காமகள் திருமணத்திற்குப் போகக்
கடவுச்சீட்டைத் தேடும் முன்
என்னைத் தேடித்தான்
பயணச்சீட்டுக்கு நாள் குறிக்கிறீர்கள்!

எமகண்டம் இராகுகாலம் பார்த்து ஒதுங்கவும்
வளர்பிறை தேய்பிறை அறிந்து விரதம் இருக்கவும்
என்னைத்தான் புரட்டிப்போடுகிறீர்கள்!

உங்கள் காதலியின் இனிய பிறந்தநாள்
எப்போது வருகிறதென்று
என் உடம்பை மடித்து ஒடிக்கிறீர்கள்!

சீனப்பெருநாளையொட்டிச்
சுற்றுலா செல்வதற்கு
என்னுடன் கலந்து ஆலோசிக்கிறீர்கள்.

நான் நினைவூட்ட வேண்டுமென்று
நாளைய நிகழ்ச்சிகளை என் மீதே
கிறுக்கி வைத்து என்னை அசிங்கப்படுத்துகிறீர்கள்!
இருந்தும் உங்களுக்கு
இன்று புதிய அத்தியாயம் தொடங்க
நான் வாழ்த்துத் தெரிவித்து நாளும் வழியனுப்பி வைக்கிறேன்
ஆனாலும்

தினமும் இரவு வீட்டுக்கு வரும்போது
முகத்தைத் தொங்கப்போட்டுக்கொண்டு வருகிறீர்கள்!

இஷ்டக் கடவுளை என்னில் பொறித்து
எடுத்ததெற்கெல்லாம் என்னிடம் விண்ணப்பம் போடுகிறீர்கள்!
அதனால்
உங்கள் துக்கத்திலும், தூக்கத்திலும்
ஒரு மூலையில் கைவலி எடுக்கத்
தொங்கிக்கொண்டே வருகிறேன்.

இத்தனைநாள் என்னைப் பயன்படுத்திவிட்டுக்
கொஞ்சம்கூட நன்றி இல்லாமல்
டிசம்பர் முப்பத்தியொன்றாம் நாள்
என்னைத்தூக்கி எங்கேயோ வீசுகிறீர்கள்!

366 நாள்கள் உழைக்க
அடுத்தவன் வருகிறான் என்று சொல்லி
அஷ்டலட்சுமி ஒட்டியவளை வாங்கி வந்து
என்னைச் சிறுமைப்படுத்துகிறீர்கள்!

கொஞ்சம் யோசியுங்கள்!
கடந்த 365 நாள்களும்
உங்களுடன் பயணித்த என்னை
நாள்தோறும் கிழித்த நீங்கள்
உங்கள் வாழ்க்கையில்
என்ன சாதனையைச் செய்து கிழித்தீர்கள்?

40. மெத்த படித்தவள்!

யாசகம் கேட்டுப்
பெரியவர் ஒருவர் வீட்டுக்கு வந்தார்

தாயவள் மடியிலும் தோளிலும்
தழைந்து, குழைந்து விளையாடிய சிட்டு
குட்டைப் பாவாடையின் நாடாவை
வாயில் வைத்துக் கடித்தவாறு
நரைத்த தாடியைப் பார்த்துக்கொண்டே
தாயிடம் எதையோ சொல்லிவிட்டு
எதிர்வீட்டுக்கு விளையாடச் சென்றுவிட்டாள்

அவருக்கந்த மொழி புரியவில்லை!
குழந்தையைப் படித்த தாய்
பாப்பாவின் குழல் மழலையை
மொழிபெயர்த்து மகிழ்கிறாள்

"யார் இந்தத் தாத்தா?
வர்றப்ப அவுங்க வீட்டுப் பாப்பாவை
ஏன் அழைச்சிக்கிட்டு வரல?
அப்படிப் பாப்பா வந்திருந்தா
நம்ம வீட்லேயே வெளயாடி இருப்பேன்ல"

படிக்காத அந்த அனாதைத் தாத்தா
மௌனமாகி வெளியேறினார்.

41. பல்லி தப்பித்துக்கொண்டது!

பல்துலக்கும் தூரிகையைப்
பல்லி நக்கி விஷமாக்கி
மனிதனுக்குக் கேடு விளைவிப்பதாகச் செய்தி

அதனால்
துலக்கியின் தலையை மூடத்
தும்பிபோலொரு நெகிழி வந்துவிட்டது.

அடுத்தவனுக்குத் துரோகம் செய்பவன்
கொலைகாரன், கொள்ளைக்காரன், காமுகன்,
திருத்த முடியாத திமிர்பிடித்த அக்கயவனோ
ஒருநாள் தன் தூரிகையை
மூட மறந்துவிட்டுப் போய்விட்டான்

இரைதேடும் பாவத்தைத் தவிர
வேறொன்றும் அறியா பல்லி
அருகில் சென்று
நுகர்ந்து பார்த்துவிட்டு
அதைத் தீண்டாமல் சென்றுவிட்டது,
தன்னைக் காப்பாற்றிக்கொள்ள.

42. பொறாமையின் பொருள்

அவர்கள் எப்படியாய் இருந்தாலும்
ஆண்களின் கண்களுக்கு அழகுதான்

பல நேரங்களில்
பல இணையர்களைப் பார்க்கும்போதுகூட
அவர்களில்
அதே பெண்களே கண்களுக்கு
அழகாய்த் தோன்றுகிறார்கள்

வெகுசில நேரங்களில்
ஆண்களும் அழகாகத் தோன்றுவர்
உண்மையிலேயே அவர்கள்
அழகாய் இருப்பதால்!

இப்போதுதான்
பொறாமையின் பொருள் விளங்குகிறது

43. எடுத்துச் செல்ல ஏதுமில்லை!

பந்தயத்தின் நடுவில் ஓடிக்கொண்டிருக்கிறேன்

முன்னால் ஓடிக்கொண்டிருப்பவர்களைப் பார்த்து
இயலாமையால்
பொறாமை ஏற்படுகிறது.

எனக்குப்
பின்னால் ஓடிவருபவர்களைத்
திரும்பிப் பார்த்தபின்
என்னையே நான்
பாராட்டிக்கொள்வதால்
என் ஓட்டத்தில்
இன்னும் வேகம் கிடைக்கிறது.

ஓட்டம் முடிந்தபின்
எடுத்துச் செல்ல ஏதுமில்லை
விட்டுச் செல்ல
விழுதுகளும் விதைகளும் ஆயிரம் உண்டு!

சுவர்களை எழுப்பிக்கொள்வதற்குப் பதில்
பாலங்களை உருவாக்கவே விழைகிறேன்

ஓடும்வரை ஓடி
ஊர் நிலத்தில் பாய்ந்துவிட்டு
ஓயட்டும் இந்த ஓட்டமும் ஆட்டமும்!

44. வாழ்க்கை செல்லும் வழி!

பொருளீட்டுவதில் புதைந்து கிடக்கிறது வாழ்க்கை!
தின்றுகொண்டே போகிறது பயணம்!
பணத்தால் மட்டும் நிரம்பியதல்ல வாழ்க்கைப் பயணம்!

எங்கேயோ தொலைத்துவிட்டு
இருட்டில் தேடப்படுகிறது இதயம்!
இன்னும் எத்தனை நாட்கள்தான்
இருந்துவிடப்போவதாக உத்தேசம்?
இறுதியில் எதை எடுத்துப் போவதாகத் திட்டம்?

சேமிப்புக்காக வேலை பார்த்துவிட்டுச்
சாமத்தில் வீட்டுக்கு வந்தபோது
காமத்தில் உருவான பிள்ளையுடன்
பஞ்சணையில் தூங்குவதால் மட்டும்
உருவாகிவிடுமா உறவும் பாசமும்?
பர்கரும், பளபளக்கும் பட்டாடையும்
காரும், பங்களாவும், கனமான அன்பளிப்புகளினால்
பூரணத்துவம் ஆகிவிடுமா பிறவிப்பயன்?

இல்லம் என்பது
உறங்கி, உடுத்தி உண்பதற்கு மட்டுமல்ல,
வாழ்ந்து காட்டுவதற்குத்தான்!

ஊருக்கும் வேருக்கும் விட்டுக்கொடுத்து
ஊடல் கூடலோடு விளையாடி
ஊட்டி வாழ்ந்து, ஊடே உறங்கித்
தலைமுறை தாண்டியும்
மறவாத பெயரே நிறைவான வாழ்க்கை!

45. அந்தக் கத்திக்கு இரு முனைகள்

உலக நாடுகளின் தூரத்தைக் குறைத்த
ஊர்தி போல
இந்தக் கத்தியின் சக்தியால்

மண்டிவிட்ட மறைச்செய்திகள்
குன்றிலிட்ட விளக்காகின்றன

வெளிப்படைத் தன்மைகள்
வீதியுலா வருகின்றன

கைமாற்றப்பட்ட பெட்டிகளின்
கணக்குகள் பொதுவிவாதங்களில் எண்ணப்படுகின்றன

திரைச்சேலைகள்
திசைதோறும் தீக்கு இரையாக்கப்படுகின்றன

எழிலார்ந்த இரகசியக் கோட்டையின்
இரும்புச் சுவர்கள் இடிக்கப்படுகின்றன

அந்தப்புற வேலிகளின்
கம்பி வலைகள் இற்றுப்போயின

மூடியிருந்த அரசியல் சட்டப் பேழைகளின்
மூடிகள் திறக்கப்படுகின்றன

காவல் துறை ஆடும் கண்ணாமூச்சி ஆட்டத்தில்
கருப்புத் துணிக்குப் பதில்
சல்லடை வெள்ளைத் துணி கட்டப்படுகிறது

மூலைமுடுக்கு முனகல்கள்
முச்சந்திப் பந்திகளில் பரிமாறப்படுகின்றன

அறுவைச் சிகிச்சைகளின் அறைக்கதவுகளின்
திறவுகோல்கள் ஆணியில் தொங்குகின்றன

திரைத்துறையின் பின்னணி சங்கதியெல்லாம்
நந்தியின் முன்னணியில் சிதற்தேங்காயாகின்றன

விழுங்கிய வணிக சூட்சுமங்கள்
வாந்திப் பன்னீராய் வாரித் தெளிக்கப்படுகின்றன

நீரின் கீழ்த்தளத்தில் விட்ட காற்றுக் குமிழிகள்
மேற்றளத்திற்கு வந்து வெடித்து நாறுகின்றன

எங்கும் எதிலும்
இருளுக்கு ஒளிபாய்ச்சும்
ஊடகக் கத்தியின் ஒருபக்க முனையால்
பழங்களை அரிந்து பசியாற்றிக்கொண்டிருக்கிறோம்

அறிந்து அச்சப்படவேண்டியது
அதன்
மறுபக்க முனை தந்துகொண்டிருக்கும்
மாசுபடப்போகும் எதிர்கால விளைவுகளை எண்ணி!

46. 2019 மே 23

ஈராயிரத்துப் பத்தொன்பதில்
இந்தியப் பொதுத்தேர்தல்
பாத்திரமறிந்து பிச்சை போட்டனர்
பைந்தமிழ்க் கவிஞர் நாமக்கல்லாரின்
பண்பாடுகாத்த பேரப்பிள்ளைகள்
'இனத்தை'யும் 'குணத்தை'யும்
ஏப்ரல் பதினெட்டில் பதிவு செய்தனர்

அரிதாரம் பூசிய ஆற்றல்மிகு தகுதியால்
ஆட்சிக்குவர ஆசனத்தைத் தயார் செய்தவர்கள்
ஐந்திணை நிலங்களாய்ப் பங்கு பிரித்ததையும்

சாதீயம் பேசும்
சனாதனத்தின் அடிமைகள்
சப்த இசைஞான சங்கீத கீர்த்தனைகளையும்

பேரம்பேசிப் பெற்றென்ன பயன்?

மே இருபத்தி மூன்றில் எண்ணுகையில்
வாக்குப்பை நிறையவில்லை என்றாலும்
சாக்குப்பை நிறைந்துவிட்ட
சந்தோஷமே போதும் அவர்களுக்கு!

47. அவனறிவான்

பரிசுச்சீட்டில் பலமில்லியன் கிடைத்திடல் வேண்டும்
பார்த்தயென் தேவதையே பதிவிரதையாக வேண்டும்
உலகசார் வணிகத்தில்நான் உலாவரவேண்டும்
உறவுசொல்லப் பிள்ளையிரண்டு உருவாக வேண்டும்

வீடுமூன்று மாளிகைபோல் வீதியொன்றில் கட்டவேண்டும்
விலையான மகிழுந்து வீட்டுக்கொன்றாய் நிற்கவேண்டும்
வங்கியில் மிதமான வைப்பு வைத்து மகிழவேண்டும்
வாழும்போது அனைத்திலும் வாகைசூடி நிமிர வேண்டும்

திருநல்லூர் சண்டீஸ்வரர் திருவுருவம் முன்னின்று
இரைச்சலின்றி இப்படியாய் எழுப்புகிறான் மௌனக்குரல்
தியானமதில் திளைத்திருக்கும் திருநீலன் செவியருகில்
திரட்டிக்கொண்டு வேண்டுதலைத் தெரிவித்தும் பயனில்லை

சுயநலத்தின் கோரிக்கைகளைக் கேட்டுக் கேட்டுச்
செவிசுருங்கிச் சயனத்தில் சோர்ந்துபோய் விட்டார்
பொதுநல வாதிகளே! போயுரக்கக் கேளுங்கள்
பூட்டு திறக்கலாம்; பூங்கொத்து கொடுக்கலாம்!

குறிப்பு: சண்டிகேஸ்வரர் எப்போதும் தியானத்தில் இருப்பதால் கைதட்டி எழுப்பிப் பேசினால்தான் கேட்பார் என்பது ஐதீகமாம்.

48. களவொழுக்கக் காதற்கடிதம்

வசந்தகாலமிது வள்ளுவனே!
வாசுகிக்குத் தெரியாமல்
வந்துவிடு அந்தப்புரம்

என் மனங்கவர்ந்த கள்வனே!
இன்புற்றிருப்போம் வா!
அன்றொருநாள் நீ கேட்டதை
இன்றுநான் தருகிறேன்.

அதற்குமுன் உன்
மடிமீது படுத்துக்கொண்டு
மனம்கேட்கும் வினாவொன்றை
மறைக்காமல் கேட்டிடுவேன்

அன்று
ஏடெடுத்துக் குறளை எழுதுங்கால் - நீ
எண்ணிய பொருளை
எண்ணியாங்கு எழுதிக்கொடு

ஏனெனில் இங்கு
திண்ணியர் என எண்ணிக்கொண்டு
அண்ணன்கள் பலர் ஆளாளுக்கு
உரையெழுதி உருமாற்றி வருகின்றனர்.

அப்படி எழுதித் தந்தபின்
நீ கேட்டதைக் கொடுக்க
என் கண்களை மூடிக்கொண்டு
கன்னத்தைக் காட்டிடுவேன்
யாரும் காணா நேரத்தில் உன்னைக்
கட்டியும் தழுவிடுவேன்

என் கள்ளக் காதலன்
இப்படியெல்லாம் எண்ணி
எழுதவில்லையென்று
தலைமுறை தாண்டிய எல்லோருக்கும்
தண்டோரா நான் போட வேண்டும்.

49. வாழ்க்கையின் அழகு

தனிமையில் தனக்குள் பேசமுடியும்
ஆனால்
சேர்ந்துதான் கதைக்க முடியும்!

தனிமையில் அனுபவிக்க முடியும்
ஆனால்
இணைந்துதான் கொண்டாட முடியும்!

ஒருகை காட்டி வழியனுப்ப முடியும்
அவனைத் திரும்ப
இருகரம் தட்டித்தான் கூப்பிட முடியும்!

ஒருவரால் சுவைக்க முடியும்
அதை
அடுத்தவரிடம்தான் வெளிப்படுத்த முடியும்!

பயன்வேண்டித் தனித்து ஓட முடியும்
அதே நேரத்தில்
பந்தயத்தில்தான் போட்டியிட முடியும்!

ஒருவரால் தேர்வு எழுத முடியும்
அதை
இன்னொருவர்தான் மதிப்பிட முடியும்!

பாட்டுப் பாடிட ஒருவரால் முடியும்
இருந்தும்
பக்க வாத்தியங்களால்தான் சோபிக்க முடியும்!

வணிகம் தனித்துநின்று செய்திட முடியும்
ஆனால்
வாங்குவோரால்தான் வெற்றிபெற முடியும்!

சந்ததி வேண்டி ஆசைப்பட முடியும்
ஆனால்
சம்சாரம் இணைந்தால்தான் சாத்தியப்படும்!

பிறப்பெடுத்தது என்னவோ தனியேதான்
ஆனால்
நாம் வாழ்வதெல்லாம் உறவுகளுடன்தான்!

மனித வாழ்க்கையின் மாபெரும் அழகு
இணைந்து
மற்றவருடன் கொள்ளும் நட்புறவுதான்!

50. கனவு மெய்ப்பட கடவுளே கைகொடு!

பலநாடுகளைப் பார்த்துவிட்டேன்
பலச் சுவைகளைச் சுவைத்துவிட்டேன்
பல படங்களைக் கண்டு களித்துவிட்டேன்
பல விழாக்களை முன்னின்று நடத்திவிட்டேன்
பல பெரிய சிறிய மனிதர்களிடம் பழகிவிட்டேன்
பல நூல்களைப் படைத்துவிட்டேன்
வாசகர்களின் வாழ்த்துகளில் நனைந்துவிட்டேன்
வசைமொழிகளில் என்னைத் திருத்திக்கொண்டிருக்கிறேன்
பெரிய வீடு, சின்னவீடு வாங்கிப்
பெருவாழ்க்கை வாழ்ந்து பார்த்துவிட்டேன்
பிள்ளைகளைப் பெற்றெடுத்துப்
பேத்தியையும் கொஞ்சிவிட்டேன்
வாகனம், வங்கிப்பணம்
வகைவகையாய் உடைகள் அணிந்து
வாழ்க்கையை அனுபவித்துவிட்டேன்
இப்படியான எல்லார் கனவுகள்போல்
என் கனவுகளும்
மெய்ப்பட்டு மேம்பட்டுவிட்டன,
ஒன்றைத் தவிர.

நரகத்திற்கு நான் நடைபோடுமுன்
கூடாரத்தில் கிடத்திய
என் உயிரற்ற உடலருகில் நின்று
எத்தனைபேர் அழுகிறார்கள்?
எத்தனைபேர் வாழ்த்துகிறார்கள்?
எத்தனைபேர் எள்ளி நகைக்கிறார்கள்?
பிண ஊர்தியைப் பின் தொடர்ந்து
யார் யார் வலம் வருகிறார்கள்?
என்பதையெல்லாம்
கண்மூடிய என் கண்களால் பார்த்திடவேண்டும்
இறைவா நீ இருந்தால்
இந்தக் கனவு ஒன்றையென்
இறுதிக் காலத்தில் ஈடேற்றித் தா!

51. வெளிச்சத்திற்கு வா!

இருளுக்குள்
வாழ்வை முடக்கிக்கொண்டு
வசதியாக வாழும் ஜீவன்
வெளிச்சத்திற்கு வேலிபோட்டுக்கொள்ளும்

கருப்பு மனிதன்
சட்டமும் நியாயமும்
அண்டவிடாமல் அணைப்போட்டுக்கொள்வான்

எல்லாவற்றையும் விட்டு
வெளிச்சத்திற்கு வரச்
செயற்கையாய் வாழும் மனிதர்களுக்குத் தேவை
அறிவு அகத்திலேயும்
விவேகம் புறத்திலேயும்
அன்பும் நேயமும் ஏகத்திலேயும்!

52. எனக்காகக் கொஞ்சம் இரக்கப்படுங்கள்!

ஓரெழுத்துச் சொல் 'ஈ'
உள்ளம் மலர உவகையுடன் கொடு!

ஈரெழுத்து 'மெய்'
சிந்தனையும் செயலும் சீர் பெற
அகத்திலும் புறத்திலும் ஆழவிதை!

மூன்றெழுத்து 'அன்பு'
அறவாழ்க்கை நிறைவாகும்
உறவு வாழ்க்கை அறமாகும்!

நான்கெழுத்து 'உழைப்பு'
எங்கும், எப்போதும், எதிலும்
ஈடுபாட்டுடன் செய்யும் முதலீடு!

ஐந்தெழுத்து 'நம்பிக்கை'
உலகச் சுற்றுக்கு அச்சு; உளவியலுக்குச் சூத்திரம்
கடமைக்குக் கரு; கொள்கைக்கு எரு!

ஆறெழுத்து 'பகுத்தறிவு'
நடைமுறை வாழ்வியலின்
நன்னெறித் தத்துவம்!
ஏழெழுத்து 'சீர்திருத்தம்'
உலகமயமாதலை உள்வாங்கி
உயர்தர அறிவியல் அமலாக்கும்!

எட்டெழுத்து 'காழ்ப்புணர்ச்சி'
ஒட்டவிடாமல், உறவாடாமல்
தட்டாமல் விட்டொழித்துப் பார்!

ஒன்பதெழுத்து 'கலங்கரைவிளக்கு'
கரைசேர மட்டுமல்ல
புரையோடிய இருண்ட வாழ்க்கைக்குப்
புத்தொளியும் புது வழியும் தெரிய வைக்கும்!

பத்தெழுத்து 'செய்ந்நன்றியறிதல்'
இதயத்தில் கல்வெட்டாய் இருந்து
செத்தும் சாகாத சிறப்பு தருமாதலால்!

இஃதொப்ப எம்மொழி செம்மொழியில்
நூறெழுத்துச் சொல்லையும் நாரெடுத்துக் கோக்க
இல்லாத இடம்தேடி எண் கணக்கைத் தேடுகிறேன்!

தயவுசெய்து
இந்தத் தமிழ் வெறியனுக்காகக்
கொஞ்சம் இரக்கப்படுங்கள்!

53. அந்த ஒரு வரி போதும்!

தேசத்தின் பொருளாதாரம்
தேசத்தைக் காப்பதிலேயே செலவழிகிறது
மடைமாற்றம் செய்து
மக்களெல்லாம் செழித்தோங்க
ஒன்று சொல்லிடுவோம்
உலகோரே நின்று கேளுங்கள்!

அது என்ன?
ஆத்திசூடியோ
அறநெறி வாழ்வியலோ இல்லை

நாலடி ஈரடி
நன்னெறி விளக்கமோ இல்லை

கம்பனின் நீள வரிகளோ
காளமேகத்தின் இருபொருளோ அல்ல

இறையனாரின் அகப்பொருளோ
மறையனாரின் மலைப் பிரசங்கமோ அன்று

லிங்கனின் கெட்டிஸ்பார்க் பேச்சோ
மாசே துங்கின் மார்ச் முழக்கமோ அல்ல

அண்ணாவின் அறிவுமொழியோ
ஆசான் பெரியாரின் கொள்கை முழக்கமோ அல்ல
அரண் வேண்டாம்
நாட்டுக்கு நாடு முரண் வேண்டாம்

கொரியாவின் பயம் வேண்டாம்
கொரில்லா படை அறவே வேண்டாம்
ஐநா சபை கூட வேண்டாம்
அமெரிக்க நாட்டாமை நமக்கு வேண்டாம்

கணியன் பாடலின் முதல் வரி
கனமான அந்த ஒரு வரி போதும்
உலக ஒற்றுமைக்கும்
ஒட்டுமொத்த வளர்ச்சிக்கும்.

54. தீராப் பசி தீரும் நாள்!

ஓதுதற்கும் உபதேசம் செய்வதற்கும்
வேதநூல்களை வேற்று மொழிகளில்
மதச் சார்பு மக்கள் தொகைக்கொப்ப
மொழி மாறி வருதலை
முற்றாக உணர்ந்தவன்தான்!

இருந்தாலும்
தமிழ் மண்ணில் தோன்றி
எம்மொழிக்கும் ஈடில்லா
எம்மொழியில் இயற்றப்பட்ட திருக்குறள்
வியப்பூட்டும் ஒப்பற்ற வழிகாட்டி

மதம் சாரா, மண் சாரா
இனம் சாரா,
மனித இனத்திற்கென்று பிறந்த
வாழ்க்கை அறம் சார்ந்த
வாழ நெறிகாட்டி வாழ்ந்துவரும் முப்பாலை
உலகப் பொது மறையாய்
ஊரார்க்கு அறிவிக்கும் உயர்ந்த அந்த நாளோடு..

மொழிமாற்றம் செய்த மொத்த நூல்களில்
முதலிடம் பிடிக்கும்
முன்பக்கச் செய்தியும்தான் என்

தீராப் பசியைத் தீர்த்து வைக்கும்
தீர்ந்த பின்னேதான்
தீயிட்டுக் கொளுத்த வேண்டும் என் உடலை.

55. பரதன் செய்த குற்றம்!

உன்னை
விட்டு விலகவும் முடியவில்லை;
வீட்டுக்குள் அழைக்கவும் ஒப்பவில்லை.

நீயின்றி நான் போனால்
ஏழை என எள்ளி நகைக்கிறார்கள்.

உன்னைப் பலநேரம் பாராட்டினாலும்
சில நேரம் ஏசவும் செய்கிறேன்

சினம் சிரசேறிவிட்டால்
சீண்டியவனைத் தண்டிக்க
உன்னைத்தான் துணைக்கழைக்கிறேன்

நீ வெளியில்
நான் கோவிலுக்குள்
இறைவனை மனமுருகி இறைஞ்சிட முடியவில்லை

நான் ஜாதிமதம் பார்ப்பதில்லை
பார்ப்பதையும் வெறுப்பவன்
ஆனால்
உன்னிடம் உள்ள பல ஜாதி கண்டு மகிழ்கிறேன்.

என்ன இருந்தாலும்
இந்த மனிதனிடம் ஒரு குறை இருக்கிறது

காது அணியை, கழுத்து அணியை
கை அணியை; மூக்கு அணியை எல்லாம்
அழகுப் பெட்டகத்தில் வைத்துப் பாதுகாக்கிறார்கள்
நீயும் ஓர் அணிதானே?
உனக்கு மட்டும் அங்கு இடமில்லையாம்

நீ என்ன கொரோனாவா?
உன்னைத் தொட்டுவிட்டால்
சோப்புபோட்டுக் கையைக் கழுவச் சொல்கிறார்கள்.

இவர்களைத்
தீண்டாமை தடுப்புச் சட்டத்தைக் கொண்டு
திருத்திடவேண்டும்

பெரிய என் மனத்தையெண்ணிப்
பெருமைப்படு
சேறு, சகதி, நீர் கண்டவிடத்து
உன்னைக் காப்பாற்ற எண்ணி ஒதுங்கிப் போகிறேன்

ஆனால் நீயோ
சிலநேரம் என்னைக் கடிக்கிறாய்.
சிலநேரம் தடுக்கி விடுகிறாய்
ஆனாலும் என்னைத்
தாங்கு தாங்கு எனத் தாங்கவும் செய்கிறாய்
உன்னைப் புரிந்துகொள்ளவே முடியவில்லை

உன்னைச் சொல்லிக் குற்றமில்லை
பரதன் உன்னைத் தலையில்
தூக்கிவைத்துக் கொண்டாடியதால்
பாராளும் மன்னனாகிவிட்டோம்
என்கிற திமிரில்
என் அன்னை பூமியைக்
கால்விரலால் தொடக்கூட
என்னை நீ அனுமதிப்பதில்லை

கால மாற்றத்தில்
உனக்கு வந்த வாழ்வு
உன் காட்டில் மழைதான் போ...

56. இப்படியும் சில மனிதர்கள்!

'சோ...வென்று மழை!'
புதுக்குடை வாங்கினான் ஒருவன்
கக்கத்தில் வைத்துக்கொண்டு
வெக்கத்தைவிட்டு நடக்கிறான்

புதுக்குடை நனைந்து
பழையதாகிவிடக்கூடாது என்பதற்காக.

57. கோள்கையைக் காதலி!

சிவப்பு மனிதனுக்கும் நிழல் கருப்புத்தான்
கருப்பு மனிதனுக்கும் குருதி சிவப்புத்தான்

வண்ணக் கலவைகளில் இல்லை வாழ்க்கை!
அது
உன் எண்ணக் கொள்கைகளில் இருக்கிறது.

நிழலும் குருதியும் மாறாது
அது போல நீ
கொண்ட கொள்கையில் மாறாது
தீராத காதலுடன் திகழ்!

58. இதுதான் என் இயல்பு

திரைப்படத்தார் கேட்பதுபோல்

கதை எழுத, கவிதை எழுத
காலத்திற்கோ இடத்திற்கோ
கனிவான சூழலுக்கோ
காத்திருக்கத் தேவையில்லை

ஆறு நட்சத்திர விடுதியோ
அறுசுவை உணவோ
அருகில் இளம் ஆரணங்கோ
ஆங்கொரு போதையோ தேவையில்லை

தென்றல் காற்றோ
தெம்மாங்கு இசையோ,
தெறித்துவிழும் மழைச்சாரலோ தேவையில்லை

கருவும் கற்பனையும் உருவாகத்
தனிமை கிடைத்தால் போதும்
தானாகப் பொழியும்
மானாகத் துள்ளும்
மயிலாகத் தோகை விரித்தாடும்!

59. மாணவி அஸ்வினியின் மரண விண்ணப்பம்!

(09.03.2018 அன்று மாலை – சென்னை, கே.கே.நகர், மீனாட்சி கல்லூரிக்கு எதிரில் மாணவி அஸ்வினி குத்திக்கொலை –செய்தி)

பெண்கள் விடுதலைக்காகப்
பெரிதும் பாடுபட்ட பெரியோர்களே
உங்களுக்கு ஒரு கோடி நன்றி!

உங்களுடைய நோக்கம் புரிகிறது
எங்களின்
உரிமைக்கும் பாதுகாப்புக்கும்
உயர்வுக்கும்
இணையான படிப்புக்கும்
நிகரான பொறுப்புக்கும்
தேவையான தகுதி தேவையெனப்
படிப்பறிவின் அவசியம் சொல்லிப்
படிக்க அனுப்பினீர்கள்

ஆனால் அந்த
மலர்ப்பாதையில் மனித மிருகங்கள்
அலைபாயும் கழுகுப் பார்வைகள்
கொலைவெறிக் கொடூரங்கள்
தலைவிரித்து ஆடுகின்றன

ஆண்களே நீங்கள்
மலர்களைப் பறிக்கவும் வேண்டாம்
மணம் நுகர்ந்து புகழவும் வேண்டாம்
மாலைகளாகத் தொடுக்கவும் வேண்டாம்

தொடுத்ததைச் சூட்டி அழகு பார்க்கவும் வேண்டாம்
கிடைக்கிறதே என்று
ஒற்றை ரோஜாவை ஒருதலையாய்
யாரும் எங்களிடம் நீட்டவும் வேண்டாம்

அடுப்பூதும் பெண்களுக்குப்
படிப்பும் வேண்டாம்
தலைவாரி பூச்சூடி எங்களைத்
தயார்ப்படுத்தவும் வேண்டாம்
பாடசாலைக்குப் போய் நாங்கள்
படிக்கவும் வேண்டாம்
புதுமைப் பெண்ணாகப்
புதுப்பிறவி எடுக்கவும் வேண்டாம்

இனி எந்தப் பாரதிகளும் பாவேந்தர்களும்
எங்களுக்காகப் பாட வேண்டாம்
இராமசாமிப் பெரியார்கள் போல்
இராசாராம் மோகன்ராய்கள் போல்
யாரும் எமக்காகப் போராடவும் வேண்டாம்

பேசாமல் நாங்கள்
செடிகளிலேயே
சேயாகத் தாயோடு சேர்ந்தே
வாழ்ந்துவிட்டுச் செத்து மடிகிறோம்

அத்துடன்
விடுதலை வாங்கிக் கொடுத்தோரிடம்
விண்ணப்பம் ஒன்றை விடுக்கிறோம்

வேண்டுமானால்
மீண்டும் ஒருமுறை போராடுங்கள்
விடுதலைக்காக அல்ல
வெளியில்விட்ட எங்களை மீண்டும்
உள்ளேயே சிறையிலிட

அங்கேயாவது எங்களுக்குப்
பாதுகாப்பு கிடைக்கிறதா எனப் பார்ப்பதற்கு.

60. உணர்வுகளின் வெளிப்பாடு

கப்பல் பயண ஞான உதயத்தில்
கண்டுபிடித்தார் சர்சிவி இராமன்
கடல்நீர் நீலநிறம் ஆவதற்குக் காரணம்
கண்டதனால் நோபல் பரிசு

சிங்கை அரசு மலேசியாவுடன்
செய்த நீர் உடன்பாட்டுக்கு
ஊறுநேர்ந்து விடுமோ எனக்
கடனட்டைப் பயனாளர் போல்
கலங்கி நின்றோம் சிங்கையில்

இந்த உலகில் இதைப்போல்
எத்தனை ஆயிரம் பிரச்சினைகள்
அத்தனைக்கும் தீர்வு கண்டதில்லை

வீட்டை வாங்கப் பணமில்லை
ஊட்டச் சத்துடன் உணவில்லை
காற்றில் தூய்மையைக் காணவில்லை

இருந்தும் தண்ணீர் இப்புவியில்
அருந்தக் கிடைக்கா ஜீவன்கள்
மடிகின்ற வறுமை கொடுமையே

தரைமேல் அனைத்தும் வாழுதற்கு
தலையாய தேவை தண்ணீரும்தான்

இந்தப் பிரச்னைக்குத் தீர்வுகாண
முயன்றால் முடியாதது ஒன்றில்லை
முடிக்கின்ற காலத்தில் வாழ்கின்றோம்

அறிவியல் ஆய்வு அறிஞர்களே
அனைத்து உயிர்களின் தேவைகளை
அகத்தில் உணர்ந்து சிந்தியுங்கள்

நோபல் தேர்வுக் குழுவினரின்
பார்வைக்கு நாங்கள் வைக்கின்றோம்
பரிந்துரை ஒன்றைப் பரிசீலிக்க

கடல் நீரின் நச்சைப் போக்கக்
கண்டு பிடிப்போர் எவரோ
ஓராண்டின் பரிசுகள் அத்தனையும்
ஒருசேர அவருக்கே கொடுத்திடுங்கள்.

61. இன்று பாகற்காய் இனிக்கிறது

'அரிநமத்து சிந்தம்' எழுதித் தொடங்கிய
ஆரம்பப் பாடசாலை

பாகற்க்காய் என்றெழுதிய என்னை
நையப் புடைத்து நோகச் செய்தார்
பலகைமேல் எழச்சொல்லி நிற்க வைத்தார்
அன்று
பள்ளியும் வெறுத்தது; பாடமும் கசந்தது

புரிய வைப்பற்காகப்
பெரிய 'ற்' க்குப் பிறகு புள்ளி எழுத்து வராதென்று
பாட்டி வைத்தியம் போல் அன்று
பாடம் எடுத்தார் ஆசிரியர்

உயர் பள்ளியில்
இரண்டாம் வேற்றுமை உருபு 'ஐ'
நான்காம் வேற்றுமை உருபு 'கு'
வெளிப்படையாகத் தெரிந்தால்
ஏன் எழுகிறாயென்று குட்டுப்போடு(ஒற்று)
சொல்லொன்று ஏகாரத்தில் முடிந்தால்
பாவம் கத்துகிறான் குட்டிவிடாதே என்றார்
அன்று கசந்ததெல்லாம் இன்று இனிக்கின்றன

பிஞ்சு உள்ளத்தில் ஊட்டிய
பெரிய இலக்கணங்கள்

யாப்பணி கொண்டு இன்று
'பா' புனையும் எனக்கு
எத்தனையோ ஒற்றுப் பிழைகள்
அத்தனையும் எதிர்கொள்கிறேன்

அந்தச் சில சொற்களைத் தவிர.

62. இதயத்தில் செதுக்கப்பட்டது

காவிரி கரையும் பட்டினம்
மாதவியிடம் கோவலன் அங்கே
மையலுற்றுக் கிடக்கிறான்
மாசற்ற கண்ணகியோ இங்கே
மங்கிப்போய்க் கிடக்கிறாள்

சூரியகுண்டம், சோமகுண்டம் மூழ்கியெழுந்து
ஆண்டவனிடம் முறையிட அழைக்கின்றனர்
இறையிடம் போய்
என்னவரைக் குறை சொல்வதா?
'பீடன்று' உரைத்துப் பெயர மறுக்கிறாள் கண்ணகி

ஆரூடத்தைப் பொய்யாக்கி
அரியாசனம் ஏற மறுத்த
இளங்கோ அடிகள்
இறைவனிடம் அவளை இட்டுச் செல்லவில்லை

எட்டாம் வகுப்பில் எடுத்துக்கொள்கிறேன் பாடம்
எண்பதை நெருங்கும்போதும்
என் இதயத்திலிருந்து எடுக்க முடியாத
கல்வெட்டாக அது சொல்வெட்டாகிவிட்டது.

63. வருமுன் காக்க வாருங்கள்!

2019 செப்டம்பர் புகைமூட்டத்தில்
சிக்கித் தவித்தது சிங்கப்பூர்

பகைமூட்டம் வருகிறதென்றால்
படைகொண்டு முறியடிக்கலாம்
அரச தந்திர அமைச்சு வாயிலாய்
ஆறமர பேசித் தீர்த்திடலாம்
அல்லது
சமாதானப் புறாவைப் பறக்கவிடலாம்

ஆனால் புகைமூட்டமோ
அங்கிங்கெனாதபடி எங்கெங்கும் வியாபித்து
ஆட்களை முடக்கிவிடும்

சென்ற ஆண்டு
நோயாளிகள், முதியவர்கள், சிறுவர்கள்
நலம் பாதித்து மருத்துவமனை இடம் நிரப்பினார்கள்

நல்ல நாளிலேயே தில்லைநாயகம் கதையாய்
இப்போது
நாடே கொரோனா நோயில்
உலகே மருத்துவமனையில்

கொரோனா பாதிப்பென்றால்
கண்காது, மூக்குதொண்டை, நுரையீரல்
இந்நிலையில் வழக்கமான
புகைமூட்டமும் நாட்டுக்குள் புகுந்துவிட்டால்
நஞ்சு நழுவி நாக்கினுள்
விழுந்தாற்போலாகிவிடும்

எம்மவர்கள் இதைத் தெரிந்து
இந்தோனேசியாவுடன் பேசி
வருமுன் காக்க
வழிவகை காண்பார்களா?
அரசின் கவனத்திற்கு
ஆரேனும் கொண்டுபோவார்களா?

64. என்னைக் கவர்ந்த பேச்சாளர்

அந்தக் கூட்டத்தில் பலர் பேசினார்கள்
வரவேற்புரை வாசித்தவரைவிட
தலைமையுரை வழங்கியவரைவிட
சிறப்புரையாளரின் சொற்பொழிவைவிட
நன்றியுரை நவின்றவரே மனத்தில் நின்றுவிட்டார்

65. அல்வா

விருந்துக்குச் சென்றிருந்தேன்
முதலில் இனிப்பு கொண்டுவந்தார்கள்
விரைந்து வாங்கினேன் பிடிக்கும் என்பதால்

தட்டில் இருந்தது அல்வா! - இது
ஒட்டாத பப்பாளி அல்வா என்றார்கள்

திருநெல்வேலியாக இருந்தாலும்
ஒட்டும் பிசுபிசுப்புக்காக அன்று,
'அல்வா' என்ற வார்த்தையைப் பிரதிபலிக்கும்
அந்தப் படிமத்திற்காக
இப்போதெல்லாம் அல்வா எனக்கு ஒவ்வாமை.

எனக்கு ஏற்கனவே பலர்
அல்வா கொடுத்துவிட்டுச் சென்றுவிட்டார்கள்.
தின்று தின்று திகட்டிப்போய்க் கிடக்கிறேன்.

என்னைப்போல் நல்லவர்களாய்
ஏதிலாரும் இருப்பரென நம்பியதால்...
எனக்கு வந்த இழப்புகள் ஏராளம்!

அத்தனைமுறை ஏமாந்தாலும்
அப்படியே இருக்கும் நானே
அறிவுடைய ஏமாளிக்கு இலக்கணமே!

66. கூட்டிக் கழிக்கும் கலை

இசையையும் தாளத்தையும் கூட்டினால்
ஆடற்கலை இனிக்கும்
பண்ணிசையும் தாளத்தையும் கூட்டினால்
பாடும்கலை சிறக்கும்
உண்மையும் கற்பனையும் கூடினால்
எழுத்துக்கலை ஈர்க்கும்
பெருநோக்கக் கருத்தோடு நகைச்சுவை கூடினால்
பேச்சுக்கலை சுவைக்கும்
வண்ணத்தையும் உயிர்ப்பையும் கூட்டினால்
வரைகலை மிளிரும்
நடிப்பு பாத்திரத்தோடு ஒன்றினால்
நாடகக்கலை ஓங்கும்
தேர்ந்த கதையோடு தேனிசையைக் கூட்டினால்
திரைக்கலை மின்னும்

கூட்டக் கூட்ட உருவாகும்
கலைகளுக்கிடையில்
கழிக்கக் கழிக்க உருவாகும்
கற்சிலையும் ஒரு கலையே!

67. கொல்லைப்புறக் கோடீஸ்வரர்கள்!

கங்கையும் காவிரியும் கைகுலுக்கும்
கறைபடியாக் காந்திவாழ் திருநாட்டில்
கவியாத்துப் புவிதிருத்தப் பார்க்கிறேன்...

அரசியலே தொழிலாகிய பெருமிதங்கள்,
அதிகாரமே நெறி தவறும் அறிவாளர்கள்,
வேலியே பயிரை மேயும் வெற்றிக் காவலர்கள்,
கூலிக்குக் கொலைபுரியும் கொள்கைவாதிகள்,
இடையிடையே அணுகும் இன்சொல் தரகர்கள்,
தடைமீறிப் பதுக்கும் தருமரின் தம்பிமார்கள்,
மிரட்டிப் பறிக்கும் மேன்மைமிகு குண்டர்கள்,
மீறி ஊடுருவும் மேதாவித் தந்திரர்கள்,
அண்டிக் கெடுக்கும் அழகுமதி நட்புகள்,
சுண்டியிழுக்கும் சூழ்ச்சிச்சொல் சொக்கர்கள்,
பொய்யிலே நெளியும் புனிதக்குல வணிகர்கள்,
பொறாமைத் தீ வளர்க்கும் பொங்குமகிழ் உறவுகள்.
இவர்கள்
சட்டத்திற்கும் நியாயத்திற்கும்
உட்படா உலகமகா உத்தமர்கள்
புறம்பாகப் பொருளீட்டிப்
பொன்றும் துணையும்
புகழோடு வாழ்கிறார்கள்.
அன்றே கொல்வாரும் இல்லை;
நின்று கொல்வாரும் இல்லை.

அறங்கூறும் இலக்கியங்களின் பயன்
அகம் மகிழ்ந்து இன்புற மட்டும்தான்.

68. மண்ணுக்கு மரம் பாரமா?

இப்போதெல்லாம்
உள்ளாடையை மாட்ட
ஒரு கால் தூக்கும்போது மறுகால் தடுமாறுகிறாய்...

முதுகில் அழுக்குத் தேய்க்கக்
கைகள் வளையும்போது வலிப்பதால் தவிர்க்கிறாய்...

சாய்வு நாற்காலியில்
உட்கார்ந்து எழ, உதவிக்கு அழைக்கிறாய்...

சுவை மேலிடக்
கவளச் சோறு கூடுதலாய் உண்டுவிட்டால்
கண் மயங்கிப் பெருமூச்சு வாங்குகிறாய்...

நாளிதழைப் படிக்கப்
பூதக் கண்ணாடியைத் தேடுகிறாய்...

மலம் வெளியான இடத்தின்
மாசகற்றக்கூடக் கை எட்டாமல் கண் கலங்குகிறாய்...

குனிந்து கால்நகத்தை வெட்ட முடியாததால்
கொண்டவளின் உதவிக்குக் கோரிக்கை விடுக்கிறாய்...

கழிப்பறை செல்வதற்குள்
காற்சட்டையில் சிறுநீரைக் கசியவிடுகிறாய்...

ஏதாவதொரு எண்ணம் இடையிரவில் வந்துவிட்டால்
இமைமூடி விழிப்பு நிலையில்
இரவின் எல்லைவரை காத்திருக்கிறாய்...

நாளை நடக்கப்போகும் நிகழ்ச்சிகள்
நாட்குறிப்பில் இருந்தும் மறந்து மறுநாள் வருந்துகிறாய்...

எதிரே வந்தவருக்குப் பதில் வணக்கம் சொல்லியபின்
யாரவர் என்னபெயரெனத் தலையைச் சொறிகிறாய்...

தலைமுறை தாண்டிய தன்சார் பெயர்களைத்
தெரிந்தும் மறதியில் தெரியாது விழிக்கிறாய்...

அண்மைக்காலப் புதுமனைப் புகுவிழா நாள் நினைவில்லை
ஆறுவயதில் அண்ணனுடன் சண்டையிட்டு
அடிபட்டுக் கால்முறிந்த, நாள் நேரம்
அச்சுப்பிறழாமல் அப்படியே சொல்கிறாய்...

வாழைக்காய்த் துண்டை
வாயில் வைத்துக்கொண்டு
உருளைக்கிழங்குக் கறியில்
உறைப்புச் சற்றுக் கூடுதல் என்கிறாய்...

எண்பதைத் தாண்டும்போதே இப்படியென்றால்
இன்னும் இருபதை எப்படிக் கடக்கப்போகிறோம்
எனக் கலங்காதே

இந்த இயலாமைகளெல்லாம்
மூப்பின் அடையாளங்கள்

பாவேந்தர் பாடியதுபோல்
பக்கத்திலொரு பட்டறிவுப் பழம் 'இருத்தல்' - பிறருக்குப்
பக்கப் பலமே தவிரப் பாரமில்லை

எவர் உதவியையும் நாடாதவர் முத்துச்சாமி
எளிதாக நூறுதாண்டி இறையானவர் அந்தச்சாமி

ஒலிக்கிறது அவர் பாடல் வானொலியில்
ஒருமுறை செவிமடுக்க உடன்வந்து கேள்!

"மண்ணுக்கு மரம் பாரமா? மரத்துக்கு இலை பாரமா?"

69. காலத்தால் கரையும் கற்பூரம்

அம்மா இறந்த வெறுமை
அப்பா மறைந்த இருண்மை
அக்காவைப் பறிகொடுத்த துக்கம்
அன்புப் பாட்டி இழப்பின் கனம்
உயிர்த் தோழியைப் பறிகொடுத்த தருணம்
ஆசைக் கணவனை இழந்த ஆற்றொணாத் துயரம்
கொள்கைத் தலைவி கொலைசெய்யப்பட்ட கொடூரம்

அந்தந்த நேரத்தில் அவளுக்கு ஏற்பட்ட
கனமான கண்ணீரையும் துயரத்தையும்
கடைசி காலம்வரை
எதிரொலிக்குமென எண்ணிக்
கற்பூரமாய் மாடத்தில் அதைக்
காப்பாற்றி வைத்திருக்கிறாள்.

உரைவீச்சுகள்

70. இயற்கையைப் பாடினான்...

அந்தக்காலப் புலவனிலிருந்து
இந்தக் காலக் கவிஞன் வரை
பாடினான்... பாடினான்.. இயற்கையைப் பாடினான்
பார்த்ததைப் பாடினான்
பார்த்தவர் பார்த்ததையும் பாடினான்
பார்த்ததைப் பதியும்படி பாடினான்
வெள்ளி முளைத்ததைப் பாடினான்
முளைக்கு முன் விடியலைப் பாடினான்
விடியலின் அடையாளமாய்க் கதிரவனைப் பாடினான்
கதிரவன் கடல் நீரில் எழுவதைப் பாடினான்
எழுந்து நிற்கும் எழிலைப் பாடினான்
எழில் காக்கும் நீல வானைப் பாடினான்
வான் பூத்த விண்மீன்களைப் பாடினான்
விண்மீன்களுக்கிடையில் உலவும் வளர் பிறையைப் பாடினான்
வளர்ந்து வந்த முழு நிலவைப் பாடினான்
நிலவோடு விளையாடும் மேகத்தைப் பாடினான்
மேகம் பொழியும் மழையைப் பாடினான்
மழைவிழுந்த மலையைப் பாடினான்
மலையின் வளத்தைப் பாடினான்
வளத்திற்குக் காரணமான மரத்தைப் பாடினான்
மரத்தில் தொங்கும் கனியைப் பாடினான்
கனிதந்த சுவையைப் பாடினான்
சுவையோடு அதன் வண்ணத்தையும் பாடினான்

வண்ண வண்ண மலர்களைப் பாடினான்
மலர் பரப்பிய மணத்தைப் பாடினான்
மணம் தேடி வந்த தேனீயைப் பாடினான்
தேனீ சேமித்த மதுரத்தைப் பாடினான்
மதுரத்திலேயே மலைத்தேனைப் பாடினான்
மலையுறைந்த வெண்பனியைப் பாடினான்
பனி உருகி ஓடும் நீரைப் பாடினான்
நீர் இறங்கும் அருவியைப் பாடினான்
அருவி பாயும் அழகைப் பாடினான்
அது ஆறாய் மாறுவதைப் பாடினான்
ஆற்றோரம் நிற்கும் நாணலைப் பாடினான்
நாணலைத் தாங்கி நின்ற வரப்பைப் பாடினான்
வரப்பின் முடிவில் உள்ள மடையைப் பாடினான்
மடை திறந்து பாயும் தண்ணீரைப் பாடினான்
தண்ணீர் ஓட்டத்தில் சவாரி செய்யும் படகைப் பாடினான்
படகின் நுனியில் அமர்ந்த குருவியைப் பாடினான்
குருவி பறந்துபோய் அமர்ந்த செடியைப் பாடினான்
செடி வளைந்துத் தொடும் வாய்க்காலைப் பாடினான்
வாய்க்காலிலிருந்து பிரியும் ஓடையைப் பாடினான்
ஓடையில் தண்ணீரின் சலசலப்பைப் பாடினான்
சலசலப்பில் துள்ளும் மீனைப் பாடினான்
மீன் நீந்தும் வயலைப் பாடினான்
வயலில் நட்ட நாற்றைப் பாடினான்
நாற்று தள்ளிய நெல் மணிகளைப் பாடினான்
மணிகளோடு சேர்த்துப் பதரையும் பாடினான்
பதரைத் தூற்றும் தென்றலைப் பாடினான்
தென்றல் வீசும் களத்து மேட்டைப் பாடினான்
களத்தில் அறுவடை செய்த கதிர்களைப் பாடினான்
கதிர் விளையக் காரணமான கதிரவனைப் பாடினான்

கதிரவன் மேற்கில் கரையும் அந்தியைப் பாடினான்
அந்தி தந்த செவ்வானத்தைப் பாடினான்
வானம் பார்த்துப் படுத்து உறங்குவதைப் பாடினான்
துயில் எழுப்பிய குயிலின் குரலைப் பாடினான்
குரலோசையை இசையாய்ப் பாடினான்
இசைக்குள் வைத்துச் சந்தத்தைப் பாடினான்
சந்தமாய்ப் பாடிப் பாடிச் சங்கத் தமிழைப் பாடினான்
தமிழைத் தமிழாய்ப் பாடினான்
தமிழை அமிழ்தாய்ப் பாடினான்
அமிழ்தைத் தமிழாய்ப் பாடினான்
பாடினான்... பாடினான்...
பாடிக்கொண்டே இருக்கிறான்...

71. செயற்கையைப் பாடலில் செய்தான்

இயற்கையால் படைக்கப்பட்டவன் மனிதன்
மனிதனில் தனிப்பிறவியாகப் பிறந்தவன் கவிஞன்
அந்தக் கவிஞனுள் மனிதம் இருப்பவனே மாகவிஞன்
மாகவிஞனே காலத்தால் அழிக்க முடியாத காவியமாகிறான்
அந்தக் காவியத் தலைவனே அழகு எங்கிருந்தாலும் பாடினான்
நிகழ்காலத்தில் நின்றுகொண்டு முக்காலத்தைப் பாடினான்
நகரத்தில் நின்றுகொண்டு கிராமத் தாக்கத்தைப் பாடினான்
கிராமத்தில் இருந்துகொண்டு நகரக் கனவைப் பாடினான்
கோபுரத்தின் உயரத்தை வான்தூக்கிப் பாடிப்பார்த்தான்
கோவிற்கலை நாகரிகத்தை வரலாறாய்ப் பாடினான்
பாலத்தைப் பாடினான்; பாலத்தின் பயனைப் பாடினான்
பாய்ந்தெழுந்து பறந்த வான ஊர்தியைப் பாடினான்
ஏணி வைத்தும் எட்டாத மாடிவீட்டைப் பாடினான்
தோணியைப் பாடினான்; துறைமுகத்தைப் பாடினான்
தோணியிலேறி வந்த ஸ்டாம்போர்டைப் பாடினான்
உடன்வந்த நாராயணப் பிள்ளையை உரக்கப் பாடினான்
லீகுவான் யூவின் மதி நுட்பத்தைப் பாடினான்
அவருடைய தொலைநோக்குப் பார்வையைப் பாடினான்
உலகச் சந்தையாக்கிய உன்னத மூளையைப் பாடினான்
நான்கு மொழி யுத்தியை நல்லோர்முன் பாடினான்
நல்லிணக்கமே நல்வழி என்றதை நயமாகப் பாடினான்
சட்டம் ஒழுங்கைச் சங்கெடுத்து ஊதிப் பாடினான்
சட்டத்திற்குமுன் நாம் சமம் என்பதைச் சத்தம்போட்டுப் பாடினான்
அலை மீது பாய்ந்து வரும் கப்பலைப் பாடினான்
கப்பல் கப்பலாய்த் தமிழர்கள் வந்திறங்கிய காட்சியைப் பாடினான்
நாட்டின் வளப்பத்திற்கு நாமளித்த பங்களிப்பைப் பாடினான்
நாட்டின் தந்தைக்கு நாம் தூணாக நின்றதைப் பாடினான்
தமிழர்கள் வாழ் சிராங்கூன் சாலையைப் பாடினான்

இந்தியரின் மரபை எடுத்துக்காட்டுக்குப் பாடினான்
தேக்காவைத் தேர்ந்தெடுத்துப் பாடினான்
தினந்தோறும் மக்கள் வந்துபோகும் தேவையைப் பாடினான்
செந்தோசாத் தீவின் சிறப்புகளைப் பட்டியலிட்டுப் பாடினான்
அந்தரத்தில் தொங்கிப் போகும் தொட்டிலைப் பாடினான்
சிங்கையின் சின்னமான சிங்கத்தைப் பாடினான்
சிலையிலிருந்து ஊற்றும் நீரழகைப் பாடினான்
நீண்டு நிற்கும் மெரினா பே சேண்ட் கட்டடத்தைப் பாடினான்
கட்டடங்களை இணைத்து நிற்கும் ஆகாயக் கப்பலைப் பாடினான்
அந்தக் கப்பலுக்குள் இருக்கும் நீச்சல் குளத்தைப் பாடினான்
சிங்கப்பூர் ஆற்றோரத்து சீர்மிகு வீதிகளைப் பாடினான்
வீதியோரம் அமர்ந்துண்ணும் அழகை விலாவாரியாகப் பாடினான்
வங்கிக் கட்டடத்தின் உச்சியைக் கழுத்து வலிக்கப் பாடினான்
பாடாங் திடலைப் பாடினான்; சேர்த்து வரலாற்றையும் பாடினான்
நேதாஜி உரையாற்றிய இடத்தைப் பாடினான்
இடநினைவாய் அமைந்துள்ள கல்வெட்டையும் பாடினான்
ஜப்பானின் படையெடுப்பில் மாண்டவர்களைப் பாடினான்
நினைவைப் போற்றும் நெடிதுயர்ந்த தூணைப் பாடினான்
தூணுக்கடியில் பொறிக்கப்பட்ட சொல்வெட்டையும் பாடினான்
மண்ணுக்கடியில் ஓடும் விரைவு வண்டியைப் பாடினான்
வண்டிக்கு ஓட்டுநர் இல்லாத அதிசயத்தையும் பாடினான்
தரையின் கீழ் குடைந்த நகர மன்றத்தைப் பாடினான்
மண்ணுக்குள் இணைக்கும் அந்த மாண்பைப் பாடிவிட்டு
விண்ணைத் தொடும் ஃபிளையரைப் பாடினான்
கப்பல்கள் வந்தணையும் கண்கொள்ளாக் காட்சியைப் பாடினான்
நெடுஞ்சாலையின் நீண்டபெருஞ்சேவையைப் பாடினான்
உலகப் புகழ் சாங்கி விமான நிலையத்தைப் பாடினான்
விமானங்களின் சரணாலயம் என்றதை இறுமாப்புடன் பாடினான்
மிருகக்காட்சிச்சாலைக்குச் சென்று மிரண்டுபோய்ப் பாடினான்
பறவைப் பூங்காவின் அழகைப் பக்கம் பக்கமாய்ப் பாடினான்

72. துறவறம் 15 நாள்கள்! (15.02.2020)

கோவைக்கு மேற்குப்புறம்
கேரளத்தின் கிழக்குப் புறம்
தமிழகத்தின் விளிம்பிலொரு
தனிமைதரும் வனத்தினூடே
பதினைந்துநாள் எனக்குப்
பதிவிரதத் துறவறம் வேண்டி
'புனர்நவா' என்ற பெயருடைய
நலம்பேணும் அமைப்பினிலே
நான் என்னை ஒப்படைத்துக்கொண்டேன்

பால்துறந்தேன்
பசையுள்ள தயிர்நெய் துறந்தேன்
பார்க்கும் தொலைக்காட்சி பற்று அற்றேன்
தேநீர் குளம்பி சுவையறியேன்
தேன்முதலாய் இனிப்புகளைத் துறந்தேன்
புளிதுறந்தேன்
மிளகாயையும் பிடித்த மிளகையும் துறந்தேன்
வறுவல் பிறட்டல்
வகைகளைக் காணேன்
மொத்தத்தில்
அறு சுவையை அனுதினமும் அறியேன்

புகையைத் தொடமுடியாது
போத்தல் மதுவகைக்குள் புகமுடியாது
எண்ணெயில் பொரித்த
பண்டம் உண்டேனல்லன்
திண்ணையில் அமர்ந்துகொண்டு

தின்னும் நொறுக்குத்தீனி வேண்டேன்
வெள்ளைநிறத்திலான
வெளிர் சோறுமுதல் சீனி இல்லை
விதண்டாவாதம் செய்ய
வேலையும் இல்லை; தேவையும் இல்லை
சனத்திரள் இல்லை அதனால்
சந்தடிச் சத்தமில்லை
அதைச்செய் இதைச்செய் என
ஆணையிட இங்கு ஆரும் இல்லை
புகைமூட்டம் இல்லை
நகைத்து விளையாட
நாலுபேர் உடன் இல்லை
நீச்சல் குளமில்லை
நீண்டபெரும் திடலில்லை
குளிக்கச் சோப்பு இல்லை
குன்றேதும் அருகிலில்லை

சிகைக்காய்க்குப் பதில்
பச்சைப்பயறு மாவு உண்டு
பொங்கிவைத்த சிவப்புச் சோறுண்டு
பொழுது புலர்ந்தவுடன் தினம்
பருப்புச் சுண்டலுண்டு
அவித்துவைத்த காய்கறியுண்டு
சுட்ட சப்பாத்தியொன்று
மதியம் கட்டாயம் உண்டு

இல்லத்திற்கு இரண்டு பெண்கள்
எடுபிடி உதவிக்காய்
எப்போதும் எமக்காய் உண்டு
எண்ணெய் தேய்த்துவிட

இரு ஆண்களுண்டு
சுக்குத் தண்ணியுண்டு
சுவையில்லாச் சூப்பு உண்டு
கஷாயம் காலையுண்டு
கட்டில்மெத்தை அறைகளைக்
காலைதோறும் சுத்தம் செய்வோர்
கணக்காய் வந்திடுவர்
சாம்பிராணி புகைபோட்டுச்
சன்னல்களை மூடுவதுண்டு
என்றாவது சுவைக்காக
இட்லி ஊத்தப்பம் காட்டுவதுண்டு
உப்பு கொஞ்சம் உண்டு
மஞ்சளும் தேங்காயும்
மாறிமாறித் தூவலுண்டு
பூமிக்குள் விளைந்துவரும்
பூண்டு வெங்காயம் இஞ்சி
பூரணமாய் இங்கில்லை
நாக்கில் சுரணை இல்லை
மூக்கில் மணமுமில்லை
இருந்தாலும்
எடை குறைந்து வந்தது
உள்வயிற்றில் இருந்துவந்த
உப்பிசமும் ஏப்பமும்
ஒருவழியாய்த் தீர்ந்து போனது.

இங்கிருக்கும் நாள்களிலே உடன்யாரும்
இல்லாததாய் உள்ளூர எண்ணினாலும்
யோக நித்திரைப் பயிற்சியுண்டு
இரண்டுவேளை இறைபாடி மகிழ்வதுண்டு
இடையிடையே மருத்துவரிடம்

உடல் நலம் தொடர்பான
உரையாடல் கட்டாயம் உண்டு
பசுதொழுகை வாரம் ஒருமுறையுண்டு
மூலிகை மரச்செடிகொடிகளின்
பட்டியலுண்டு; பயன் விளக்கம் உண்டு

தசைநார் எலும்புதோல்
தனித்தனியாய்ச் சுளுக்கெடுத்து
உடலின் அகத்தேயும் புறத்தேயும்
சீர்செய்யும் செப்பினிடல் உண்டு
இன்னும் சில ஆண்டுகள்
இன் பயணம் போகவைக்க
ஏற்பாடுகள் செய்திடலும் உண்டு

மூலிகைத் தாவரங்கள்
மூண்டடர்ந்த பூமரங்கள்
அண்டை இல்லத்தார்
அனேகமாய் வெளிநாட்டினர்
மொழிமறந்து நாளாகி எப்போதும்
மெய்மறந்து உறங்கி வந்தேன்
அனாதையாய் எண்ணி நான்
அடிக்கடி புலம்பி நின்றேன்

எல்லைச் சுவற்றுக்குள்
எண்ணிப் பல குடில்கள் உண்டு
ஒவ்வொன்றிலும் நான்கறை
ஓரறையில் இருவரென
ஓய்வெடுத்து நலம்பெறத்
தனித்தனியே பிரித்தளித்துத்
தந்தெமையே காக்கின்றார்

மாலைகாலை இருமுறை
மருத்துவரின் கண்காணிப்பு
ஊர்விட்டு வந்தாயே நன்கு
உறங்கினாயா? உண்டாயா?
காலைதினம் கழித்தாயா?
கனிவுடன் கேட்டபின்னே
நாக்கை நீட்டச் சொல்லி
நாடி தொட்டுக் கணிக்கின்றார்
இன்று இன்னும் நலத்தில்
ஏற்றம் கண்டதாக
எமைப்புரக்க உளவியலில்
இன்சொல்லை எடுத்துவைப்பதுண்டு

வளியும் ஒளியும் வழங்கிடக்
குளிர் கொணரும் உள்முத்தம்
மழையினையே எதிர்பார்த்து ஒரு
மல்லிக்கொடி நின்றதங்கே
உலர்ந்த இலைகளை உதிர்த்தவாறே
கதிரவனைக் காணும் நோக்கில்
பாம்புகள் பிணைவதைப்போல்
காம்புகள் இணைத்தெழுந்து
தலையெடுத்துப் பார்த்ததம்மா!
தழைக்கலாமா நினத்ததம்மா!

வருணன்வரம் தராததால்
வறண்ட தண்டைப் பார்த்ததென்
கண்வறண்டு போனதம்மா!
காட்சிக்கது பாலையம்மா!

தாளடியில் குழிபறித்துக்
காலைமாலை நீர்வார்த்தேன்
பூவொன்றைப் பூக்கப் பார்த்தால்
புறப்பாடும் நாள் வெற்றிநாளே
என்னாசை நிறைவுபெற
எந்நாளும் எதிர் பார்த்து நின்றேன்

துறவறத்தைத் தேடியநீ
அறவே ஆசையை அழிக்கவேண்டும்
அகத்திலும் புறத்திலும்
அனைத்தையும் அகற்றுவதே
அவ்வறத்தின் இலக்கணமாம்
ஆனதனால் பூக்காமல் என்
ஆசைக்குப் பூட்டு என்றாய்
மலராசை தோற்றதனால்
மாண்பறம் வென்றதம்மா!
ஆசையை விட்டுவிட்டு
ஆருக்கது வேண்டுமென்றேன்
என் மனத்தை இப்படியாய்
இழுத்துப் பூட்டிக்கொண்டேன்
பதினைந்தாம் நாள் வரவே
பங்கெடுத்த நினைவுக்குப்
பதியன் ஒன்றை நட்டபின்
பதி விட்டுப் புறப்பட்டேன்.

73. வள்ளல் நபி வழியில் வாழ்வியல் பெருவிழா

(கவியரங்கம்)

(ஸாமியா சிங்கப்பூர் மற்றும் இந்திய முஸ்லிம் பேரவை (FIM) ஏற்பாட்டில் 'வள்ளல் நபி வழியில் வாழ்வியல் பெருவிழா' 30.03.2019 அன்று சிங்கப்பூர் எக்ஸ்போவில் ஈரோடு தமிழன்பன் தலைமையில் திரைப்படப் பாடலாசிரியர் கவிஞர் யுகபாரதியுடனும் மற்ற சிங்கைக் கவிஞர்களுடனும் கலந்துகொண்ட கவியரங்கில் பாடிய உரைவீச்சு)

எல்லோருக்கும் வணக்கம்!

ஆரூருக்கும் அடுத்த ஊரில் பிறந்து தவழ்ந்து - அதே
தேரூரில் தெள்ளுதமிழ் நீர் குடித்து வளர்ந்து
ஈரோட்டுக் காற்றை ஏகத்திற்கும் சுவாசித்துவிட்டுக்
கடல்கடந்து சிங்கை வரும் வழியில்
காஞ்சியில் கஞ்சிகுடித்து - கொள்கையில்
துஞ்சாமல் வளர்ந்து வந்தவன் நான்

சேர்ந்திட்ட இடங்களிலெல்லாம்
சந்தித்த தலைமைகளுக்கேற்பச்
சிந்தித்த கணங்களுண்டு;
சிந்தையில் ஏற்றிக்கொண்டு செயல் வீரம் காட்டியதுண்டு

காரணங்களும் முடிவுகளும் கண்ணுக்கு எட்டியதூரம்
கருத்துக்கும் வாழ்வுக்கும் காவல்காத்துக் கிடந்தன;
கலங்கரைவிளக்காய்த் திசைகாட்டி நின்றன

எனக்குள் எழும் போராட்டங்களைச்
சிலநேரம் அடக்க முடிவதில்லை
சுயமரியாதையும் பகுத்தறிவும்
சுயரூபமெடுத்துச் சமர் புரிந்துகொள்ளும்

நான் பெரியவனா? நீ பெரியவனா என்று.
உடன்பிறப்புகளே ஒற்றுமையாய் இருங்கள் என
உபதேசம் செய்து உள்ளுக்குள்ளே வைத்துக்கொள்வேன்

கைநிறையப் பொருளீட்டும் காலத்தின் கட்டாயத்தில்
காலனும் துரத்திக்கொண்டு கடுகிவரும் அகவை ஓட்டத்தில்
கொள்கையினின்று நாம் கரைந்துபோய்விடுவோமோ என்று
கவலைப்பட்ட நேரத்தில்
நீ எதை மறந்தாலும் என்னை மறக்காதே என்று
இப்போது ஈரோடே இங்கே வந்து எனக்கு
எதை எதையோ நினைவூட்டி நிற்கிறது

இப்படி நீ எனக்கு நினைவூட்டினால்
பாடுபொருளை இங்கே நான்
எப்படித் தேடமுடியும்; எதை நான் பாடமுடியும்?

வள்ளல் நபிகள் வழியில் வாழ்வியலைப் பாட
எப்படிநான் இணங்கவைக்கப்பட்டேன் எனக்கே தெரியவில்லை
ஸாமியாவின் தலைவர் சலீம் கேட்டார்கள்
முஸ்லிம் பேரவை மு.ஜஹாங்கீர், கவுஸ் முடியுமா? என்றார்கள்
அந்த அன்புள்ளம்கொண்ட மனிதர்களுக்காய்; - அந்த
மனிதர்களுள் மண்டிக்கிடக்கும் மாசற்ற நட்புக்காய்ப் பாட முன்வந்தேன்
மதத்தை நான் பாடப்போவதில்லை - அந்த
மதம் காட்டும் மார்க்கத்தைப் பாடவிரும்புகிறேன் - அந்த
மார்க்கத்தைக் காட்டிய இறைத்தூதரை நான் போற்றப்போகிறேன்

ஒன்றே குலம் ஒருவனே தேவன் என ஒருமுகப்படுத்திக்கொண்டு
கண்மூடிப் பழக்கங்களை மண்மூடச் செய்து
காட்டுமிராண்டியினரைக் கரையச்செய்தவர் நபிகள் நாயகம்
என்று அறிவித்த அறிஞர் அண்ணாவை ஆதரித்துப் பாடவருகிறேன்

பிறப்பொக்கும் எவ்வுயிர்க்கும் மெய்ப்பித்துக் காட்டியவர் நபிகள் நாயகம் என்று சொன்ன அண்ணல் அம்பேத்கரரைப் பின்பற்றிப் பாட வருகிறேன்

சகல சமத்துவத்தையும் சகோதரத்துவத்தையும் விதைத்து அறுவடை செய்தவர் இறைவனின் தூதர் நபிகள் என்றுசொன்ன சுவாமி விவேகானந்தரை வழிமொழிந்து பாட வருகிறேன்

மகா சுந்தரப்புருஷர்; மகா சூரர்;
மகாஞானி; மகா பண்டிதர்;
மகா பக்தர்; மகா லௌகீகத் தந்திரிதான் நபிகள் என்றுரைத்த
நமது எட்டயபுரத்தானையொட்டி ஏடெடுத்துப் பாட வருகிறேன்

செந்தழலைக் குளிராகவும், சினங்கொண்டு சீறி வரும் பகையைக்
குணம்கொண்ட நட்பாகவும் மாற்றவல்ல
மனவலிமை மிக்கவர் மாபெரும் நாயகர் நபி அவர்கள்
என்றுரைத்த முத்தமிழறிஞர் கலைஞரைப் பின்பற்றிப் பாட வருகிறேன்

மாற்றம் விரும்பும் மதத்தலைவர்களில்
நபிகளே நாயகனாகத் திகழ்கிறார் - என்று லாலிபாடிய
லாலா லஜபதிராயை ஏற்றுக்கொண்டு பாட வருகிறேன்

இமாலய தீர்க்கதரியான இறைத்தூதர் நபிகள் நாயகம்;
அவர்கள் அனுபவித்த துன்பங்களை ஆழ்ந்து கற்றபோது
அழுதுவிட்டேன் என்று சொன்ன மகாத்மா காந்தியடிகளை
அடியொற்றிப்பாட வருகிறேன்

பொய்யான கடவுள்களின் மீது போலியான நம்பிக்கை கொண்டிருந்த
பூலோக ஆத்மாக்களைப் புரந்தருளப் பிறந்து வந்தவர் நபிகள்
நாயகமே! - என்று புகன்ற போனபார்ட் நெப்போலியனைப்
பூரணமாய் ஆதரித்துப் போற்றிப் பாட வருகிறேன்
நானாகச் சிந்தித்து நல்லதோர் இலக்கியம் செய்தால்

அதையே 1300 ஆண்டுகளுக்கு முன்னால் அரேபியாவில் தோன்றி ஆடுமேய்த்துக்கொண்டிருந்தவர் அப்போதே சொல்லிவிட்டார் என்கின்றனர் என்று சொல்லிப் பொறாமைப்பட்ட பேரறிஞர் பெர்னாட்ஷாவின் பேரனாய் உங்கள்முன் நின்று பாட வருகிறேன்.

அறம் செய்வதெப்படி என்பதை
அறுதியிட்டு வரையறுத்த சட்டமேதைதான் இந்த அல்லாவின் தூதர் என்றெழுதிய உலக வரலாற்று ஆசிரியர்
கிப்பனை என் அப்பனாக ஒப்புக்கொண்டு தப்பாமல் என் பாடலில்
ஒப்புதல் வாக்குமூலம் கொடுக்க உங்களிடம் ஓடோடி வருகிறேன்
எல்லா நதிகளும் கடலில்தான் சங்கமிக்கின்றன
எல்லா மதங்களும் மனிதனுக்குத்தான் பாடமெடுக்கின்றன.
எல்லாக் கடவுள்களும் மனிதநேயத்தைத்தான் மறைபொருளாக ஆக்குகின்றன
எல்லா மகான்களும் வாய்மைக்கும் தூய்மைக்கும்
வடிவம் கொடுக்கிறார்கள்
மடத்தனமான இந்த மனிதன்தான் அடிக்கடி மரத்தில் ஏறிக் கொள்கிறான்
மாறுபட்டுத் தடம்மாறும் மனிதனுக்கு
மறுமுறையும் மறுமுறையும் மறந்திடாதிருக்கப்
போதித்துக்கொண்டே இருக்க வேண்டும்; - பொழுதெல்லாம் நினைவூட்டிக்கொண்டே இருக்க வேண்டும்

இஸ்லாத்தில்
அன்றாட வாழ்க்கையில் அறவாழ்வியல் மேலோங்கி நிற்கிறது
மூட நம்பிக்கையின் முடநாற்றம் கீழோங்கிக் காண்கிறது
இது என் கணிதம்.

அனைத்து மதத்தினரும் அவரவர் அறம் காத்துப் புகழ்பாடலாம்
அடுத்தவர் மனத்தைப் புண்படுத்தாமல்!
அனைத்து இனத்தவரும் கரம் கோக்கலாம்
நல்லிணக்கம் பேணி நாட்டின் அமைதிகாக்க!

இது சிங்கை அரசின் சீரிய கொள்கை
அவ்வழி நின்று எம்வழி ஒன்றை மட்டும் பாடப்போகிறேன்

நபிகள் பெருமானின் நற்செயல்கள் நாலாயிரம் இருந்தாலும்
யாராலும் முடியாத,
செயற்கரிய செயல் ஒன்றுண்டு.
அந்த
ஒன்றே ஒன்றை மட்டும் சொல்லிவிட்டு
உங்களிடமிருந்து விடைபெற விரும்புகிறேன்

அன்பு, அறம், அமைதி, அன்னியோன்யம் ஆகிய
இஸ்லாத்தினுள் இட்டு வைத்துள்ள கூறுகளை
உங்களுக்குத் தெரிந்த அந்த வாழ்வியலை நான் பாடப்போவதில்லை

சனங்களுக்கிடையில் சமரசம் செய்து வைக்கச் சொல்லி
உறவுகளை உருக் குலைக்காமல் உண்மை பேசச் சொல்லும்
இஸ்லாத்தின் அறத்தை ஏற்றிப் போற்றி நான் பாடப்போவதில்லை

தொழுகையும் நோன்பும் அறம் எனப்படுவதுபோல்
தூயநல்லெண்ணத்துடன் பிறருக்குத் துரும்பளவு உதவுவதும்
அறமெனச் சொல்லும் மார்க்கத்தை இப்போது நான் பாடப் போவதில்லை

வரு விருந்தாளிக்கு
இருந்ததைக் கொடுத்துவிட்டு
இல்லத்தோடு பட்டினியாய் இருண்டு கிடந்த
வரலாற்று வரிகளின் உருக்கத்தை நான் பாடப்போவதில்லை
அது ஒன்றைத் தவிர

இறைவா என் இதயத்திலும், நாவிலும் ஒளியேற்று!

என் முன்னாலும் பின்னாலும் ஒளியேற்று!
எனக்கு மேலும் கீழும் ஒளியேற்று! என்று
'ஒளு' நேரத்தில் உள்ளுக்குள் ஒலிப்பதை
உங்களுக்கு நான் இப்போது உரக்கப் பாடப்போவதில்லை

மறுமையில் அறுவடை செய்ய
இம்மையில் விதைக்க அழைக்கிறது - மார்க்கம்
இப்போது நீங்கள் விதைத்துக்கொண்டிருப்பதை
விலாவாரியாகப் பாடப்போவதில்லை நான்

காலக்கட்டுப்பாட்டையும் காலந்தவறாமையையும்
கண்டுசொல்லும் மார்க்கத்தைக் கண்டுகளித்தும்
என் கவிதை வரிகளில் கோடிட்டுக் காட்டப் போவதில்லை

ஈட்டுவதில் இரண்டரை சதவிகிதம் எடுத்துக்கொடு என்கிற
இஸ்லாத்தின் ஈடில்லா அறத்தைக்கூடப் பாடிக் காட்டப்போவதில்லை

புகழ்பற்று; பொன்பற்று; பொருள்பற்று; என நூற்றான பற்றுகளைப்
பற்றிக்கொண்டு ஆசாபாசாங்களில் உழன்று
பற்றற்ற இறைவனின் பற்றினை மட்டும்
பற்றாமல் விட்டுவிடுகிற மானிடத்திற்குக்
கற்றுக்கொடுக்க நான் முற்படப்போவதில்லை
அது ஒன்றைத் தவிர

குற்றம் புரிந்தவர் மட்டும் குற்றவாளியில்லை;
குற்றத்தைப் பெருமையாகக் கூறுவாரும் குற்றவாளியே! - என்று
கூறுகிற இஸ்லாமிய மார்க்கத்தின் கூறுகளை நான் கூறப்போவதில்லை

'செயல்கள் அனைத்தும் உன் சிந்தனையைப் பொறுத்ததே!'
'பிஞ்சுப் பிள்ளைகளை நேசிக்காதவரும், பெரியோரை மதியாதாரும்
இறைவனை மதியாதார்'

'வழங்கப்பட்ட வாக்குறுதிகள் நிறைவேற்றப்படவேண்டியவை!'
'இறைவன் உங்கள் அழகையோ உங்களிடம் உள்ள ஆஸ்தியையோ அடுக்கிவைத்துக் கணக்குப் பார்ப்பதில்லை!'
என்பன போன்ற இஸ்லாத்தின் இயல்பான கொள்கைகளையெல்லாம் என்பாட்டில் இப்போது இயம்பப்போவதில்லை
அந்த ஒன்றைத் தவிர.

'ஆதரவற்றவர்களை அரவணைப்பது ஆண்டவனிடம் காட்டும் அன்பு!'
'நிதானம் இறைவனின் நித்திய வேண்டுகோள்!'
'எளிமையான வாழ்வே இறைவனுக்கு இன்பத்தைக் கொடுப்பது!'
'கையூட்டுக் கொடுப்பதும் சாபம்! வாங்குவதும் இறைவனின் சாபம்'
இப்படில்லாம் சொன்ன நீங்கள் அறிந்த இஸ்லாமிய மார்க்க வழிகளை இங்கே நான் மீண்டும் உங்களுக்கு நினைவூட்டப்போவதில்லை; அது ஒன்றைத் தவிர

'பத்துமாதம் சுமந்தவளின் பாதத்தில்தான் பதுங்கிக் கிடக்கிறது சொர்க்கம்'
'நோயாளிகளை நலம் விசாரியுங்கள்;
நோயுற்றவர்களின் கேசத்தை நீவிவிடுங்கள்!'
'இறந்தவர்களின் நற்செயல்களை மட்டுமே எடுத்துப் பேசுவோம்'
'உடுப்பதில் ஆடம்பரத்தையும், உண்பதில் விரயத்தையும் தவிருங்கள்'
'அடக்கம் உடையானே அழகான வீரன்'
என்றெல்லாம் நபிகள் நாயகத்தின் பொன்மொழிகளைப் பாத்திபோட்டு உங்கள் வயலில் நான் நாற்று நடப்போவதில்லை அது ஒன்றைத் தவிர...

'பரத்தையரைப் பார்த்தல் பாவமானது;
புறம் பேசுதல் அதனினும் மோசமானது!'
'அழுக்காற்றால் அறச்செயல்கள் அனைத்தும் அழிந்துபோய்விடும்'
'அமைதி காப்பது அறிவுடையார் பெருமை'
'அடடா! ஊதியத்தை உழைத்தவனுக்கு

உடல் வியர்வை உலருமுன் உவப்புடன் கொடுத்துவிடு'
இப்படி இஸ்லாம் மார்க்கத்தின் இணையற்ற தத்துவங்களை;
குர் ஆனின் அறப் போதனைகளை
அடுக்கிச் சொல்லி என் நேரத்தை நான் போக்கப்போவதில்லை
அது ஒன்றைத் தவிர

பகுத்தறிவுப் பகலவன் பரம்பரையில் உதித்தவன் நான்!
அறிஞர் அண்ணா சொன்ன 'ஒருவனே தேவன்' என்பதையும் மீறி
'கடவுள் இல்லை' என்பதிலே ஊறிப்போனவன் நான்!
கடவுள் இருக்கின்றான் என என்னையே
எண்ணவைக்க முயன்று பகுத்தறிவினால் தோற்றுப்போனவன் நான்
எல்லோரையும் விரும்புபவன் நான்
யாரையும் வெறுக்காதவன் நான்
மறுமையில் நம்பிக்கை அற்றவன் நான்!
சொர்க்கம் நரகம் என்பவை சொத்தைவாதமெனச் சொல்லுபவன் நான்
மதவாதப் பிரிவினையை மருந்துக்கும் தொடாதவன் நான்!

பின் ஏன் இந்தக் கவியரங்கில் பாடவந்தேன்

அந்த
ஒன்றே ஒன்றை மட்டும் இப்போது சொல்லிவிட்டு
உங்களிடமிருந்து விடைபெற விரும்புகிறேன்

எனக்கு வியப்புக் கொடுத்து மகிழ வைத்தது அந்த ஒன்று
எனக்கு நானே இங்கு வருவதற்கு
நியாயம் கற்பித்துக்கொண்டது அது ஒன்றுதான்!

என்ன அது?

உருவ வழிபாட்டை ஒழித்துக் காட்டியவர் நபிகள் நாயகம்!

ஆயிரம் தெய்வங்கள் இல்லை என்று சொன்னவர் நபிகள்!
சின்னம் பொறிப்பதைச் சிந்தையிலும் களைந்தவர் அந்த இறைத்தூதர்!
மக்களுக்குப் பாடம் புகட்டி மகாத்மாக்களுக்குள்
மகான் ஆனவர் நபிகள் நாயகம்!
இது ஒன்றிற்காகவே! இது ஒன்றிற்காகவே!
உலகிலே உயர்ந்த நோபல் பரிசுகளையும் ஆஸ்கார் பரிசுகளையும்,
உருட்டித் திரட்டி அளித்தாலும் ஈடாகாததை
'ஆயிரம் பெரியார்கள் அணிதிரண்டாலும் இயலாததை'
'இங்கர்சாலாலும் பெர்னாட்ஷாவாலும் சாக்ரட்டீஸாலும்
எழுதியும் பேசியும் சாதிக்க முடியாதவற்றை'
'அலெக்ஸாந்தராலும் நெப்போலியனாலும்
படையெடுத்து வெல்ல முடியாததை'
அந்த நபிகள் நாயகத்தின்
ஒரு தாயிஃப் பயணத்தில் தொடங்கிய அந்தத் தரணிப்புரட்சியால்
எம்மை இம்மையில் வாழவைத்த அம்மையே! அப்பனே!
மூடநம்பிக்கை ஒழிப்பின் முன்னவனே! மூலவனே!
அது ஒன்றிற்காகவே
நீ பிறந்து இருந்த - போதித்து வாழ்ந்த,
மெக்கா மெதினா திசைநோக்கியபடி
மென்மையான இதயத்தில் - அதற்கான நன்றியை
வலிமையாக நங்கூரமிட்டு விடைபெறுகிறேன்.

அன்னையர் தினத்தை முன்னிட்டு

74. சோகத்தில் ஒரு சுகமான கடிதம்!

(முற்றிலும் கற்பனையே)

அன்புள்ள மகள் பொன்னுத்தாய்க்கு
அப்பா எழுதும் கடிதம்!

நமக்குள்
தெரிவித்துக்கொள்ள வேண்டிய செய்திகளைத்
தொலைபேசிவழிக் கதைத்துக்கொண்டு வருகிறோம்
என்றாலும்,
மறந்துபோன, மறைந்துபோன கடிதம்வழி
இன்றைய அன்னையர்தின நாளில்
இதயத்தின் ஓரத்தில் கசிந்துகொண்டிருப்பவற்றை
இகழ்ச்சி பாராது நாம் பேசிக்கொள்வதில்
ஒரு சோகச் சுகம் இருப்பதாக உணர்கிறேன்.

அறிவு முதிர்ச்சியடைந்துள்ள உனக்கு,
எண்ணத் தேக்கத்திலிருந்து இறங்கியோடும் வடிகாலாய்
எனக்குள் ஏற்பட்டுள்ள உணர்வுப் போராட்டங்களை
உனக்குப் புரியவைக்கும் உண்மை நோக்கத்துடன்
இணையம் வழி இக்கடிதத்தை எழுதுகிறேன்.

உனக்கு நாங்கள் இட்ட பெயர் பொன்னி.

நீ என் தாயின் முகச்சாயலில் இருந்ததால்
'பொன்னுத்தாயி' என்று அழைத்தேன்.
பின்னர் பார்த்ததில்,
உன் குணங்களும், பழக்க வழக்கங்களும்

என் தாயைப் போலவே இருந்ததால்
அப்படி நான் அழைத்தது
அழகான பொருத்தம் என்பதை உணர்ந்து
இப்போது மகிழ்ச்சியடைகிறேன்.

உன் தாய் நம்மைவிட்டு
இன்று பிரிந்துவிட்டாள்.
கொரோனா எனும் கொடிய நோய்
உலக மக்களிடையே ஊடுருவி
வரலாறு காணாத சோகத்தில்
வாழ்ந்து செத்துக்கொண்டிருக்கிறது மனித ஜாதி.
நாடுகளுக்கிடையே
போக்குவரத்து முற்றிலும் முடக்கப்பட்டு விட்டது.
சிங்கப்பூரிலிருந்து வந்து உன் தாயின்
இறுதிச் சடங்கில்கூடக் கலந்துகொள்ள
இயலாததால் துயரம் என்னை ஆரத் தழுவி நிற்கிறது.
கடைசியாக ஒருமுறையாவது,
உன் தாயின் திருமுகத்தைப் பார்த்திட முடியாமல்
தவியாய்த் தவிக்கிறது இந்த நடை பிணம்.

பொன்னுத்தாயி!
உன் அம்மாவின் கழுத்திலே தாலிகட்டியபோதுகூட
அவளைத் தொட்ட உணர்வே எனக்கு இல்லை.
அன்று நடந்த சாந்திமுகூர்த்தத்தன்று
அந்தக் காமாட்சிவிளக்கு வெளிச்சத்தில்தான்
நான் முதன் முதலில்
உன் அம்மாவையே ஏறெடுத்து முகம் பார்த்தேன்;
அந்த இடத்தில்
பூச்சரத்தால் நிறைந்த கூந்தலும்,
குங்குமப் பொட்டுப் பிறைநுதலும்,
திருமணப் பூரிப்பில் பழுத்துப் பெருத்த முகமும்,

பட்டுப்புடவையை அள்ளிச் செருகிய
அவளுடைய மெல்லிய உருவமும்
எப்படி இருந்ததென்றால்,
வெளிச்சம் பாதி, இருள்பாதியில்
ரவிவர்மா வரைந்த ஓவியமாய்த் தெரிந்தாள்.
காமாட்சியின் ஜோதி காணாமற்போன பின்புதான்
அவளை மெல்லத் தீண்டி மெய்மறந்தேன்.
என் ஸ்பரிசம் பட்டு அவள் உடல் நெளிந்தது.
அவளுடைய கூச்சத்தை அப்போதிருந்த
அந்த இருட்டு அறையில்
கற்பனை செய்துதான் களிக்க முடிந்தது.

'உன் மனைவி கருப்பு நிறத்தழகி'
என்று கண்ணுக்குப் பின்னால்
செவியோரத்தில் நின்று நண்பர்கள்
குறும்புச்சொல் உதிர்த்தார்கள்.
என் கண்ணுக்கு அவள்,
பாரதி கண்ணம்மாவாகத்தான் காட்சியளித்தாள்.
பாவேந்தருக்கு விருப்பமான
குயிலின் குரலில்தான் கூற வருவதைக் கூறி நிற்பாள்.

உன் அம்மா எனக்கு அக்கா மகள்தான்.
தாய் மாமன் என்கிற உறவில்
அவள் மீது
உரிமை கொண்டாட எனக்கு
உண்டு தகுதி என்றாலும்
வெகுதூரம்
உடலாலும் உள்ளத்தாலும்
தள்ளியே பலகாலம் தனித்திருந்துவிட்டேன்.
இதையறிந்த உன் தாயோ,
'எங்கே இவனை விட்டால் தன்னை

வேறு யாருக்காவது திருமணத்தைச்
செய்து வைத்துவிடுவார்களோ'
என்று அஞ்சிவிட்டாள். - அதனால்
'என்னைத்தான் கல்யாணம் பண்ணிக்கொள்வேன்
என எங்க மாமா
என் தலையில் அடித்துச் சத்தியம் செய்திருக்கிறது'
என்று ஒரு கட்டுக் கதையை அவிழ்த்து விட்டிருக்கிறாள்.

அப்படியென்றால் என்மீது எந்த அளவு
பிரியத்தைத் தன் மனத்திலே
மூட்டைகட்டி வைத்திருந்து அடைகாத்திருப்பாள்?
'சின்னப் பொண்ணு பொய் சொல்லமாட்டாள்'
என்று என் அக்காவையும், மாமாவையும்
நம்ப வைத்துக் காரியத்தைச் சாதித்துக்கொண்ட
பாசத்தில் ஊறிய பதிவிரதப் பெண் அவள்.

நான் சிங்கப்பூரிலிருந்து
பிறந்த ஊராகிய நம் ஆரல்வாய்மொழிக்கு வந்தேன்.
உன் தாத்தாவும் பாட்டியும்,
என்னைப் பார்த்து,
'அக்கா பொண்ணுமேல
அவ்வளவு ஆசையை வைத்துக்கொண்டு
ஏண்டா இத்தனை நாளும்
இதையெமக்குச் சொல்லவில்லை' என்று
அன்போடு கடிந்துகொண்டார்கள்.
எனக்கு ஒன்றும் புரியாததால்
தலையைக் குனிந்துகொண்டு,
'எதைச் சொல்கிறார்கள்' என்று யோசித்தேன்.
உடனே
'வெட்கத்தைப் பாரு' என்று சொல்லி
வேறு பேச்சுக்குப் போய்விட்டார்கள்.

எனக்கும் வேறு வழியில்லை.
சம்பிரதாயத்துக்காக நானும்
பெண்பார்க்கும் படலத்திற்கு
நாகர்கோயிலில் உள்ள உன் அத்தை
அதாவது என் அக்கா வீட்டுக்குச் சென்றேன்.
பெண்ணிடம் தனியே பேசவேண்டுமா?
என்று கேட்டார்கள்.
'இல்லை' என்று என் தலை அசைந்துவிட்டது.

பொன்னுத்தாயி!
நாகர்கோயிலில் என்ன நடந்தது என்றால்,
உன் அம்மா எல்லோரிடமும்
இப்படியாகச் சொல்லி வைத்திருந்தாளாம்.
"எங்க மாமா என்னைப் பொண்ணுப் பார்க்க வர்றப்போ
எங்க வீட்டுக் கொல்லப் புறத்துக்கு வந்து,
என்கிட்டே தனியே பேசணும்னு சொல்லியிருக்கிறார்"
என்று இன்னொரு பொய்யை எடுத்துவிட்டிருக்கிறாள்.
என்மீது கொள்ளை ஆசையைக்
கோட்டைகட்டி வைத்திருந்ததால்தானே
உன் அம்மா இப்படியெல்லாம் செய்தாள்?
வருகிற சினிமாக்கள் எப்படியெல்லாம்
கிராமப் பெண்களைப் பாதித்திருக்கின்றன.
காளை போல இருந்துவிட்டுக்
கலியாணத்துக்கு அப்புறம்
கசையடித்த மாடு போல ஆகிவிட்டாள்.

பின்னால் வாலை ஆட்டும்
நாய்க்குட்டிபோல உருமாறி
என்னையே சுத்திச் சுத்தி வந்தாள்.
என் காலடியிலேயே
அன்பையும் விசுவாசத்தையும்

அவள் கொட்டியதைப் புரிஞ்சிக்காத
கோணங்கியாய் இருந்துவிட்டேன்!

அதோடு விட்டாளா?
பெண் பார்க்கும் போது
எல்லாருக்கும் முன்னால்
என்னைப் பாடச் சொல்லி மாமா கேட்பார்.
சிங்கப்பூர் மாமாவுக்குத்
தமிழ்ப்பாட்டு புடிக்காது;
'இங்கிலீஷ் பாட்டுத்தான் புடிக்கும்
என்று சொல்லிக்கொண்டு
அங்கிருந்த கான்வென்ட் பெண்களிடம் போய்
'டிங்கிள்.. டிங்கிள் லிட்டில் ஸ்டார்'
பாடலைப் படிச்சிக்கிட்டு வந்தாளாம்.
பாவம் உன் அம்மா எப்படி
ஒரு வெகுளியா இருந்திருக்கிறாள்?

எங்கேயோ ஒருநாள் பார்த்த இடத்திலே,
உன் பாட்டியிடம்
'மாமாவுக்குப் புடிச்ச கலர் சந்தனக் கலர்'
என்று கேட்டுத் தெரிந்து வைத்திருக்கிறாள்.
அதனாலதான் பெண் பார்க்கப் போனபோது,
மாம்பழ வண்ணத்தில் பட்டுப்புடவையைத்
தழையத் தழையக் கட்டிக்கொண்டு வந்து
சபைக்கு நமஸ்காரம் செய்துவிட்டு,
நான் பார்க்கிற மாதிரி
புடவையைச் சரி செய்கிற
நடிப்பைக் காட்டி விட்டுப் போனாள்.

ஒருநாள் வெற்றிலை பாக்கு
வாய்நிறையப் போட்டுக்கொண்டு,

பக்கத்து வீட்டுப் பிள்ளைகளிடம் போய்
நாக்கைத் துறுத்திக் காட்டி,
'சிவந்திருக்கா' என்று கேட்டிருக்கிறாள்.
கருப்பு நிறத்தழகியான உன் தாயிடம்
எல்லாரும் 'நல்லா சிவந்துவிட்டது'
என்று சொன்னவுடன்
"பாத்தீங்களா..பாத்தீங்களா..
என் மாமன் என்மீது
கொள்ளை ஆசை வச்சிருக்கிறாரு"
என்று குதூகலித்து நிற்பாளாம்.

பொன்னுத்தாயி!
இப்படி என்னையே உலகமாக;
உயிருக்குயிராய் நினைத்து இருந்த
உன் அம்மாவை நான் அப்போ
கலியாணம் செய்யாமல் போயிருந்தால்
அந்த உலகறிவில்லா
உள்ளங்கை குழந்தையின் நிலை
என்னவாகி இருக்கும்?
இப்போதைக்குப் பதிலாய்
அப்போதே இறந்திருப்பாள்.

இவ்வளவுக்கும் நான் ஏதாவது
திருப்பிக் காண்பித்திருக்கிறேனா?
பச்சைத் துளிரில்லாப் பட்டமரமாய்ப்
பாராமுகமாய்ப்
பண்பில்லாதவனாய் இருந்திருக்கிறேன்.
அதற்கென்ன பொருள்?
ஆணாதிக்கமா? - அகம்பாவமா?
இப்போது நினைக்கிறேன்,
நான் எத்தகைய வெறுக்கத்தக்க

மனிதனாய் வாழ்ந்து வந்துவிட்டேன் என்று.
அன்பை வெளிப்படுத்தத் தெரியாத
அலட்சியக்காரனாய் இருந்திருக்கிறேன்.

சுவரின்மீது அடிக்கும் பந்து
அதே வேகத்தில் திரும்பி வருகிறது.
என்மீது அன்புகொண்டு உன் அம்மா
வீசிய பந்தைத் திரும்ப வீசாமல்
ஒரு கல்சுவரைவிடக்
கேவலமான ஜென்மமாய் இருந்திருக்கிறேன்
என்று இப்போது நினைத்துத் தலை குனிகிறேன்.

சிங்கப்பூரில் என் நிறுவனத்தில்
ஓர் ஊழியருக்கு ஒரு சிறு காயம் ஏற்பட்டால்
உடனே அவருக்கு முதலுதவி செய்து
மருத்துவமனைக்கு அழைத்துச் செல்லும்
ஒரு சராசரி மனிதத் தன்மையைக்
காட்டிய நான்
உன் தாயிடம் குறைந்தபட்ச
அன்பைக்கூடக் காட்டிக்கொள்ளாத
கொடும்பாவியாகி விட்டேன்!

பொன்னுத்தாயீ!
"இப்போது கண்ணீர் விட்டு என்ன பிரயோஜனம்?"
எனக் கேட்கிறாய்.
ஊரில் ஒரு பழமொழி சொல்வார்களே!
"கண்கெட்டபின் சூரிய நமஸ்காரமா?" என்று.
அதைச் சொல்லி என்னைக்
குத்திக் காண்பிக்கிறாய் எனவும் தெரிகிறது.

...| 150 |... மேகம் மேயும் வீதிகள்

கலியாணத்திற்கு முன்னால்
நான் ஊருக்கு வரும்போதெல்லாம்
'யார்ட்லி பவுடர், யார்ட்லி சோப்பு'
போன்றவைகளை வாங்கி வருவேன்.
என் அக்கா வீட்டுக்கும் கொடுப்பேன்.
அவற்றை எடுத்து வைத்துக்கொண்டு
'எங்க மாமன் எனக்கு வாங்கி வந்தாங்க'ன்னு
சொல்றதோடு விடாமல் குளித்துவிட்டு
அந்தக் கருப்பு முகத்திலே
வெள்ளைப் பவுடரை அடர்த்தியாகப் பூசிக்கொண்டு
எல்லாரிடமும் போய்
'மாமன் சோப்பும் பவுடரும்
என்னமா வாசிக்குது பாருங்க'ன்னு
சொல்லி மோந்து மோந்து காட்டுவாளாம்.
அவ்வாறு இருந்த
ஒரு சூதுவாது தெரியாத ஜீவராசியிடம்
மலைப் பாறையைவிட
மோசமான இதயமற்ற
மனிதனாய் இருந்திருக்கிறேனே
என்று இப்போது முட்டி மோதிக்கொள்கிறேன்.

பகலில், என் மனைவியாகிய
உன் அம்மாவுடன் நெருக்கமாகப் பேசுவதை,
சரிசமமாக உட்காருவதைக்
கிராமத்தில்
ஓர் அதிகப்பிரசங்கித்தனமாகக் கருதுவார்கள்.
உன் அம்மாவுடன் இரவில்
அந்த நான்கு சுவர்களுக்குள் மட்டும்தான்
எங்களுக்குள் பேச வேண்டியவற்றைப் பேசித் தீர்ப்போம்.

இப்போதெல்லாம்
தேன்நிலவு என்று சொல்கிறீர்களே,
அதெல்லாம் உன் அம்மாவுக்கு
என்னவென்றே தெரியாது.
சிங்கப்பூரிலிருந்து வந்து
என் கல்யாணத்தை முடித்து,
ஒரு வருஷம் தங்கிவிட்டு
வருவதாகத்தான் திட்டமிட்டிருந்தேன்.
ஆனால் ஆறாவது மாதத்திலேயே
இங்கு நிறுவனத்தில்
பிரச்சினையென்று சொல்லித்
திரும்பி வரும்படி செய்துவிட்டார்கள்.

அதன் பின் இரண்டு ஆண்டுகளுக்கு
ஒருமுறை ஊருக்கு வருவேன்,
வந்தால் குறைந்தது ஏழெட்டு மாதங்கள்
தங்கிவிட்டுத்தான் திரும்புவேன்.
ஒவ்வொரு முறை வரும்போதும்
நீ குழந்தையாய்ச் சிறுமியாய் இருப்பாய்.
உன்னுடன் விட்டு விட்டுப் பழகியதால்,
நான் ஆசையுடன் வந்து
உன்னைத் தூக்கிக் கொஞ்ச விரும்புவேன்.
ஆனால் என்னை ஓர் அந்நியனாய் எண்ணி
என்னிடம் நீ வரமாட்டாய்.

உன் அம்மாவுக்கு
ஒரே வருத்தமாக இருக்கும்.
நான் உனக்காகக் கொண்டு வந்திருக்கும்
சட்டை, பொம்மை, சாக்லெட்டுகளைக் காட்டி,
கொஞ்சம் கொஞ்சமாக என்னிடம்
நெருங்கிப் பழகவைப்பாள்.

உன்னிடம் நான் சகஜமாகப் பழகும்போது
எனக்கு அவகாசம் முடிந்து
சிங்கப்பூருக்குப் புறப்பட்டுவிடுவேன்.

உன் தாய் உன்னை
என்னோடு பழக வைக்க
எடுத்துக்கொண்ட முயற்சிகளை
இப்போது எண்ணிப் பார்க்கிறேன்.
'இந்த மனுஷன் இங்கேயே
என்னுடன் இருந்திருந்தால் இப்படி
ஒரு மகளையே அப்பாவுக்கு
அறிமுகப்படுத்தக்கூடிய
துர்பாக்கியமான நிலை ஏற்படாதே'
என நொந்துகொள்வாள்.

ஊரில் என்னைப் பார்க்க வருவோரிடம்
நான் வெளியே திண்ணையில் அமர்ந்து
பேசிக்கொண்டிருப்பேன்.
உலகச் செய்திகளை,
சிங்கப்பூரைப் பற்றி மனம்விட்டுப் பேசுவதை
ஜன்னலில் ஒளிந்துகொண்டு
உன் அன்னை என்னைப் பார்த்து ரசிப்பாள்.
நான் திரும்பிப் பார்த்தால் மறைந்துகொள்வாள்.
ஆதலினால் வெற்றிலைப்பாக்குப்
போடும் டப்பாவில் இருக்கும்
கண்ணாடி மூலம் அவளுக்குத் தெரியாமல்
அவளைக் குறும்புடன் பார்த்து மகிழ்வேன்.

பின்னர் அடுத்தவீட்டு
அலமேலு அக்காவிடம் சென்று
'எங்க வீட்டுக்காரர் எவ்வளவு அழகாய்

அறிவாய்ப் பேசுறார்'
என்று இதழ்நெளிய கண்சிமிட்டிச்
சொல்லிப் பூரித்து நிற்பாள்.

பொன்னுத்தாயி!
ஒரு முறை அருகிலுள்ள
குமரிமுனை விவேகானந்தர் நினைவகத்தையும்,
வள்ளுவர் சிலையையும்
நீ சிறு பிள்ளையாக இருந்த உனக்குக்
காட்டி வரலாம் என்று
பேருந்துக்குப் புறப்பட்டோம்.
உனக்கு இப்போது நினைவிருக்காது
உன் தாய் நான் வாங்கி வந்திருந்த
புடவையைக் கட்டிக்கொண்டு
அந்த வழியில் வருவோர் போவோரிடமெல்லாம்
'எங்க வீட்டுக்காரர் சிங்கப்பூரிலிருந்து வாங்கி
வந்த ஜப்பான் புடவை' என்று
பெருமைபொங்க
நீட்டி மடக்கிச் சொல்லி வந்த காட்சி
இன்றும் என் கண்ணீரில் கரையாமல்
மனத்திரையில் திரைப்படமாய்
ஓடிக்கொண்டிருக்கிறது.

நீ சிறு குழந்தையாக இருந்தபோது
உன்னைத் தூக்கிக்கொண்டு வந்து
என் நெஞ்சிலும் மடியிலும் படுக்கவைப்பாள்.
நீ என் மீது புரண்டு அழுவதைப் பார்த்து,
உன் தாய் தன் பல்லெல்லாம் தெரிய
கைகொட்டிச் சிரிப்பாள்.
அதற்கு எதிர்மாறாக

உனக்கு முத்தம் கொடுத்து
'என் எதிர்காலமே நீதான்' என
என் அன்பு பாசத்தையெல்லாம்
உன்மீது பொழிந்ததைப் பார்த்து
உன்தாய் படும் பொறாமையை
நானும் கிண்டல் செய்து ரசித்து இருக்கிறேன்.

இப்போது நினைக்கிறேன்.
நான் சாப்பிட்டதன் மீதி உணவை
உன் அம்மா சாப்பிட்டதை
நான் பார்த்திருக்கிறேன்.
அதுதான் நம் தமிழ்ப் பண்பாடாம்.
ஆண்பெண் சமத்துவம் பேசும்
இக்காலத்தில் அவள் எச்சிலாக்கிய
ஒரு துண்டு
திருநெல்வேலி அல்வாவைக்கூட
நான் வாங்கிச் சாப்பிட்டதாக
எனக்கு நினைவே இல்லை.
அதை எண்ணிப்பார்த்து
நான் இன்று வெட்கப்படுகிறேன்.

ஒருநாளேனும் உன் அம்மாவுக்கு
ஒரு தின்பண்டத்தை எடுத்து
அவள் வாயில் ஊட்டி இருப்பேனா?
வெளிப்படையாக
அன்பான ஒரு வார்த்தை பேசியிருப்பேனா?
நீ சாப்பிட்டாயா என்றுகூட
உன் அம்மாவை
ஒரு கேள்வி கேட்காமல் அவள்
போட்டதை நம்வீட்டு

எருமை மாட்டைப் போல
சாப்பிட்டுவிட்டுப் போயிருக்கிறேனே
என்று நினைத்து என்னையே நான்
வெறுத்து வேதனை அடைகிறேன்.

நீகூடக் கேட்டாய்?
'சிங்கப்பூருக்கு ஒருமுறையாவது
அம்மாவை அழைக்கக்கூடாதா' என்று.
ஆண்டுகள் சில போனால்
அறுபதுக்கு அறுபது மணிவிழா வருகிறது
அம்மாவையும் உன்னையும்
ஆகாய விமானத்தில் வரவழைத்து,
என்னவளை மணமேடை ஏற்றி
எல்லோருக்கும் முன்னால்,
இன்னொரு தடவை மாலைமாற்றி
மூன்று முடிச்சுப் போடத் திட்டமிட்டிருந்தேன்.
அந்தக் கனவுக்கோட்டை,
இன்று இடிந்து
மண்ணோடு மண்ணாகப் போய்விட்டது.

வாழ்ந்து வரும் இந்நாட்டில் உள்ள
வரவு செலவுகளையெல்லாம் முடித்துக்கொண்டு,
உன் அம்மா வாழ்ந்து வந்த
உன்னத கிராம வாழ்க்கையில்,
அவள் படம் மாட்டியிருக்கும்
அந்தப் பூர்வீக வீட்டிலேயே
உன்னோடு என் எஞ்சிய ஆயுளைக்
கஞ்சி குடித்துக்கொண்டாவது
கழித்து விடலாம் என்று
கணக்குப் போட்டுவிட்டேன்.

பொன்னுத்தாயி!
உன் அம்மாவிடம் கிடைத்து மறந்த சுகத்தை,
உன்னிடம் அருகிலிருந்து பெறமுடியாத அன்பை,
என் தாயிடம் பெற்றுத் திகட்டிய பாசத்தை,
என் எஞ்சிய வாழ்நாளில்
எப்போது மீண்டும் பெறுவேன்?

உன் தாய் உலகைவிட்டுப் பிரிந்து
பதினாறாம் நாள் வருகிறது.
நீ அங்கே,
உன் அம்மாவின் படத்தை வைத்து
அந்தத் தெய்வத் திருமகளுக்கு,
அவளுக்கு மிகவும் பிடித்த
மணம் வீசி மனத்தைச் சுண்டியிழுக்கும்
மதுரை மல்லிகைப்பூ சரம்தொடுத்து
மாலையாய் அணிவித்து
ஊதுவத்தி ஏற்றி வைத்து
'அம்மாவே உன் அன்பை என்றும் மறவோம்' என்று
ஆயிரம் முறை சொல்லி வணக்கம் செலுத்து.
நானும் இங்கே
கடலைக் கங்கையாகக் கருதி
மூழ்கியெழுந்து - செய்த
பாவத்தையெல்லாம் கழுவிக்கொள்கிறேன்.

இப்படிக்கு
உன் அன்புள்ள அப்பா.

இதுவரை இவன் ஈன்றவை...

1. சமுதாயச் சந்தையிலே - கட்டுரை
2. அலைதரும் காற்று - கவிதை
3. ஜூனியர் பொன்னி - புதினம்
4. மடிமீது விளையாடி - புதினம்
5. இதில் என்ன தப்பு? - திரைக்கதை
6. பழமும் பிஞ்சும் - சிறுவர் கடித இலக்கியம்
7. அந்தப் பார்வையில் - புதினம்
8. ஒன்றில் ஒன்று - உரைவீச்சு (with Translations)
9. இப்படிக்கு நான் - படச்சுவடி
10. விடியல் விளக்குகள் - சிறுகதைகள்
11. உடன்படு சொல் - மேடைப் பேச்சு
12. இன்னும் கேட்கிற சத்தம் - பண்பாட்டுப் பதிவு
13. ஆயபுலம் - புதினம்
14. என்பா நூறு - வெண்பாச் செய்யுள்கள்
15. Bubbles of Feelings - Stories Translations
16. திரையலையில் ஓர் இலை - திரைத்துறை அனுபவம்
17. என் வானம் நான் மேகம் - பெரும் கதைகள்
18. Beyand The Realm - Stories Translations
19. கவித்தொகை - 'பிசி' கவிதைகள்
20. எர்கு - திரைப்படத்துக்கான கதை
21. ERHU - Story Translation
22. பாதிப்பில் பிறந்த பாடல்கள்
23. புதுமைத்தேனீ - சிறுகதைகள்
24. வாய்க்கால் வழியோடி - மேடைப் பேச்சுகள்
25. ஆயிழையில் தாலாட்டு அளித்த அணிந்துரைகள்
26. கூவி அழைக்குது காகம்-1 - மாணவர் கடித இலக்கியம்
27. கூவி அழைக்குது காகம்-2 - மாணவர் கடித இலக்கியம்
28. கூவி அழைக்குது காகம்-3 - மாணவர் கடித இலக்கியம்

29. காதல் இசைபட வாழ்தல் - புதினம்
30. அடுத்த வீட்டு ஆலங்கன்று - கவிதை
31. அன்புக்கு அழகு 75 - பவளவிழா மலர்
32. சிங்கப்பூர் சொல்வெட்டு 555 - வரலாற்று விருத்தப்பா
33. டுரியானுள் பலாச்சுளை - சிறுகதைகள்
34. கூவி அழைக்குது காகம்-4 - கடித இலக்கியம்
35. மேகம் மேயும் வீதிகள் - கவிதைகள்.

குறிப்பு: